മലയാളം
നല്ല ഉത്തരങ്ങൾ

INSIGHT PUBLICA®

INSIGHT PUBLICA®
Nadakkavu, Kozhikode, Kerala
www.insightpublica.com
e-mail: insightpublica@gmail.com

Malayalam Nalla Utharangal

(Malayalam)

Devesan Perur

First Edition: July 2013
Fifth Edition: August 2022

ISBN 978-93-82709-28-2
Printed and Published by
InsightinPublica Printers & Publishers Pvt Ltd.

മലയാളം
നല്ല ഉത്തരങ്ങൾ

ദേവേശൻ പേരൂർ

INSIGHT PUBLICA®

കോഴിക്കോട് ജില്ലയിലെ ശിവപുരം ഗവ: ഹയർസെക്കന്ററി സ്കൂളിൽ മലയാളം അധ്യാപകൻ. ''പുതുകാലം പുതുകവിത, മലയാളം ചോദ്യരൂപങ്ങൾ '' തുടങ്ങിയവ കൃതികൾ.
വിലാസം : പേരൂർ, കിനാലൂർ, ബാലുശ്ശേരി.

Email. devesanperur @ gmail.com

ദേവേശൻ പേരൂർ

ഹൈസ്ക്കൂൾ, ഹയർസെക്കന്ററി ക്ലാസുകളിലെ വിദ്യാർത്ഥികൾക്ക് മലയാളത്തിന് നല്ല ഉത്തരങ്ങൾ എഴുതാൻ സഹായിക്കുന്ന ഒരു പുസ്തകമാണിത്. പരീക്ഷയിൽ സ്ഥിരമായി ചോദിക്കുന്ന വ്യവഹാരരൂപങ്ങളെക്കുറിച്ചും ചോദ്യരൂപങ്ങളുമാണ് ഇതിൽ ഉൾപ്പെടുത്തിയിരിക്കുന്നത്. പൊതുവെ വിദ്യാർത്ഥികൾക്ക് അവ്യക്തമായി കിടക്കുന്ന മേഖലകളെ വിശദമാക്കാനാണ് ഇവിടെ ശ്രമിച്ചിരിക്കുന്നത്. മലയാളം ഉത്തരങ്ങൾ എല്ലാവർക്കും അറിയാം. പക്ഷേ അവ നല്ല ഉത്തരങ്ങൾ ആയിരിക്കണമെന്നില്ല. നല്ല ഉത്തരങ്ങൾ എഴുതാൻ ഈ പുസ്തകം സഹായിക്കും.

ദേവേശൻ പേരൂർ

ഉള്ളടക്കം

എന്താണ് വർണ്ണന / ചമത്കാരം?

പുഴയൊഴുകുന്നു എന്നത് എങ്ങനെയൊക്കെ പറയാം

കളകളം പുഴയൊഴുകുന്നു

കളകളം പാടിപുഴ കരയെത്തഴുകി ഒഴുകുന്നു.

കുളിരും കൊണ്ട് കുണുങ്ങി

നടക്കുന്ന മലയാളിപെണ്ണി

നെപ്പോലെ പുഴയൊഴുകുന്നു.

പുഴയൊഴുകുന്നു എന്നതിന് ചില വിശേഷപദങ്ങൾ ചേർത്തിരിക്കുന്നു. അപ്പോൾ ആ വരികൾക്ക് കൂടുതൽ സൗന്ദര്യം മാത്രമല്ല ഒരു ഭാവവും കൂടി വരുന്നു. ആലോചനാമൃതവും ഭാവപൂർണവുമായിരിക്കും വർണ്ണന.

കവിതയിലും ഗദ്യത്തിലുമുള്ള വർണനാവാക്യങ്ങൾ കണ്ടെത്തി അത് ആ സന്ദർഭത്തിന് എത്രമാത്രം ചേരുന്നതാണ് എന്ന് എഴുതുന്നതാണ് വർണനക്കുറിപ്പ്. ഉദാഹരണത്തിൽ കൊടുത്തിരിക്കുന്ന വരികളിലെ വർണനാവാക്യങ്ങൾ.

കളകളം പാടി

കരയെത്തഴുകി

കുളിരും കൊണ്ട് കുണു

ങ്ങിനടക്കുന്ന മലയാളിപ്പെണ്ണ്

ഇവിടെ അവസാന വാക്യത്തിൽ പുഴയ്ക്ക് ഒരു മലയാളിപെണ്ണിന്റെ ഭാവമാണ് കവി പകരുന്നത്.

പാഠഭാഗത്തുനിന്നുള്ള ചില ഉദാഹരണങ്ങൾ താഴെ കൊടുക്കുന്നു.

മിന്നൽ കൊടിയിറങ്ങി
മന്നിലേവരികയോ
വിധുമണ്ഡലമിറങ്ങി
ക്ഷിതിയിലേ പോരികയോ
സ്വർണവർണവാമന്നം
പറന്നിങ്ങുവരികയോ
കണ്ണുകൾക്കിതുനല്ല
പീയൂഷത്ധരികയോ
(നളചരിതം, ഉണ്ണായി വാര്യർ)

❑ ഹംസത്തിന്റെ വരവിനെ ചിത്രീകരിച്ചിരിക്കുകയാണ് കവി. അലങ്കാരങ്ങൾ,ബിംബകല്പനകൾ, വാങ്മയ ചിത്രങ്ങൾ എന്നിവ ഉപയോഗിച്ചാണ് കവി സാധാരണയായി വർണന നിർ വഹിക്കുന്നത്. ഇതുതന്നെയാണ് ചമത്കാരവും. ചമത്കരിക്കുക എന്നാൽ അലങ്കരിക്കുക എന്നാണ് അർത്ഥം. ഈ കാവ്യ പ്രയോ ഗങ്ങൾ കണ്ടെത്തുകയും അതിന്റെ പ്രത്യേകതയും ഔചിത്യ വും തിരിച്ചറിഞ്ഞ് എഴുതുന്നതാണ് വർണനാ കുറിപ്പ്. അല്ലെ ങ്കിൽ ചമത്ക്കാരഭംഗി കണ്ടെത്തിക്കുറിപ്പു തയ്യാറാക്കുന്നത്.

എഴുതേണ്ട ക്രമം

കവി/കവിത

കാവ്യസന്ദർഭം

വർണ്ണനാഭംഗി

ചമത്ക്കാരഭംഗി

ഔചിത്യം

ബിംബകല്പന എന്നാൽ എന്ത് ?

അരി തിളച്ചുമറയുന്നത് ഒരു കടങ്കഥയിൽ ചിത്രീകരിച്ചിരിക്കുന്നത് നോക്കൂ...

ഇല്ലത്തമ്മ കുളിച്ചു വരുമ്പോൾ
വെള്ളിക്കിണ്ണം തുള്ളി തുള്ളി.

പഴയ ഒരു നായർ തറവാട്ടിലെ കെട്ടിലമ്മ വെള്ളിക്കിണ്ണവുമായി കുളിച്ചുവരുന്ന ഒരു ചിത്രം ഇവിടെ ചിത്രീകരിച്ചിരിക്കുന്നു.

ഇന്ദ്രിയ സംവേദമായ പദചിത്രണങ്ങളെയാണ് ബിംബകല്പന എന്ന് പൊതുവെ പറയുന്നത്. കവിതകളെ അനുഭവ ചിത്രങ്ങളാക്കി മാറ്റുന്നതിൽ ഈ കാവ്യ ബിംബങ്ങൾക്ക് നല്ല പങ്കുണ്ട്.

1. പൊന്നുപുലരി ഉണർന്നെണീറ്റ്
ചെന്നു കിഴക്കു തീ പൂട്ടിടുമ്പോൾ

2. കാളുന്ന വാനത്ത് നാളികേര
പ്പൂളൊന്നു വാടിക്കിടന്നിടുമ്പോൾ

3. മുത്തൊക്കു മത്താഴവറ്റ് വാനിൻ
മുറ്റത്ത് ചിന്നിയടിച്ചിടുമ്പോൾ

വൈലോപ്പള്ളിയുടെ കാക്ക എന്ന കവിതയിലെ ഏതാനും വരികളാണിത്. ഈ ആറുവരികൾകൂടി ഒരു ചിത്രം നമുക്ക് സമ്മാനിക്കുന്നുണ്ട്. കവി ആവിഷ്കരിക്കുന്നത് പ്രഭാതത്തെയാണ്(പ്രഭാതസമയത്തെ ആകാശ ചിത്രം) എന്നാൽ ഇത് നമ്മളിൽ ജനിപ്പിക്കുന്നത് ഒരു നാട്ടിൻ പുറത്തെ വീടും വീട്ടു മുറ്റവുമാണ്.

രാവിലെ തന്നെ എഴുന്നേറ്റ്
തീകൂട്ടുന്ന ഒരു വീട്ടമ്മ
തലേന്ന് രാത്രി മുറ്റത്തേയ്ക്ക്
വലിച്ചെറിഞ്ഞ വറ്റും തേങ്ങാപ്പൂളും
ചിതറിക്കിടക്കുന്ന മുറ്റം

പുലർച്ചെയുള്ള ആകാശത്തിന് കവി ഗ്രാമീണ ഗാർഹികാന്തരീക്ഷം നൽകിയിരിക്കുന്നു. ഇങ്ങനെയുള്ള ദൃശ്യനുഭവമാണ് കാവ്യ ബിംബങ്ങൾ സൃഷ്ടിക്കുന്നത്.

ചങ്ങമ്പുഴയുടെ മനസ്വിനിയിലെ ഒരു സന്ദർഭം കൂടി നോക്കൂ.

ഒറ്റപത്തിയൊടായിരമുടലുകൾ
ചുറ്റു പിണഞ്ഞൊരു മണിനാഗം
ചന്ദന ലതയിലധോമുഖ ശയനം
ചന്തമൊടിങ്ങനെ പെയ്യുമ്പോൾ
വിലസീ വിമലേ ചെറിയൊരു
പനിനീര-
ലർചൂടിയ നിൻ ചികുരഭരം

ഇവിടെ കവി മനസ്വിനിയുടെ മുടിക്കെട്ടിനെയാണ് ചിത്രീകരിച്ചിരിക്കുന്നത്. ഒരു പത്തിയും അനേകായിരം ഉടലുകളും ഉള്ള ഒരു സർപ്പം ചന്ദനത്തിൽ തലകീഴായി കിടക്കുന്നപോലെയാണ് ഒരു പനീർപുഷ്പം ചൂടിയിരിക്കുന്ന അവളുടെ മുടിക്കെട്ട് എന്ന് കല്പിച്ചിരിക്കുന്നു.

പാഠപുസ്തകങ്ങളിലെ ചില ഉദാഹരണങ്ങൾ നോക്കൂ.....

1. ‘‘പൊന്നുഷസിന്റെ കൊയ്ത്തിൽനിന്നൂരി
ച്ചിന്നിയ കതിർ ചുറ്റും കിടക്കെ’’
(കന്നിക്കൊയ്ത്ത്)

-പ്രഭാതത്തിന് വയലിന്റെ ചിത്രം നൽകുകയാണ്

2. ‘‘ പെട്ടന്നക്കലത്തിൽ നിന്നൊരു ചെമ്പൊ
ന്നിൻ പൂച്ച
കുട്ടിതൻ ചാട്ടം കാണായ്’’
(ശുദ്ധരിൽ ശുദ്ധൻ - വള്ളത്തോൾ)

-തീപടർന്നതിനെ ചെമ്പൊന്നിൽ
പൂച്ചയുടെ ചാട്ടമായി ചിത്രീകരിച്ചിരിക്കുന്നു.

3.തേച്ചു തളിച്ചിട്ട കോലായിൽപ്പിന്നെയും
കാൽച്ചളിപ്പാടുകൾ വന്നു പെട്ടു
(സഹപാഠികൾ - ബാലാമണിയമ്മ)

സന്ധ്യാസമയത്തെ ആകാശത്തിനെ തേച്ചു തളിച്ചിട്ട കോലായിൽ കാൽച്ചളിപ്പാടുകൾ വന്നുപെട്ടതായി ചിത്രീകരിച്ചിരിക്കുന്നു. (സഹപാഠികൾ എന്ന കവിതയിൽ വേറെയും നിരവധി ബിംബ കല്പനകൾ ഉണ്ട്.)

അരി വാളേന്തി നിൽക്കുന്നു
കന്നി-കർഷക കന്യക
(സൗന്ദര്യപൂജ - പി. കുഞ്ഞിരാമൻ നായർ)

കന്നി മാസത്തെ അരിവാളേന്തി നിൽക്കുന്ന ഒരു കന്യകയായി ചീത്രീകരിച്ചിരിക്കുന്നു.

ഈ ബിംബാവലികൾ കണ്ടെത്തി വിശദീകരിക്കുന്നതാണ് ബിംബകല്പനയെ സംബന്ധിച്ച കുറിപ്പ്.

ഈ ബിംബ കല്പനകൾ എത്രമാത്രം കവിതയ്ക്ക് ചേരുന്നുണ്ട്.

കവിതയുടെ ഭാവവുമായി ഇവയ്ക്കുള്ള ബന്ധം എന്താണ്?

ഏതുതരം ദൃശ്യാത്മകതയാണ് ഈ ബിംബകല്പനകൾ നൽകുന്നത് എന്നെല്ലാം പരിശോധിച്ചതിനു ശേഷം കുറിപ്പെഴുതാം.

എഴുതേണ്ട ക്രമം

കവി-കവിത

കാവ്യസന്ദർഭം

ബിംബകല്പന

ഔചിത്യം

●

പ്രയോഗസൗന്ദര്യം തിരിച്ചറിയാം

രാത്രിയായി എന്നതിനുപകരം താരകകുഞ്ഞുങ്ങൾ പതുക്കെ കണ്ണുതുറക്കുന്നു എന്നു പറയുന്നതിന് കൂടുതൽ സൗന്ദര്യം തോന്നുന്നുണ്ടോ?

ഉണ്ടാലുണ്ടപോലിരിക്കണം
ഉണ്ട പോലാകരുത്
എന്ന വാക്യം കേൾക്കുമ്പോൾ എന്തു തോന്നുന്നു.

ഭക്ഷണം പാകത്തിനു കഴിക്കണം എന്നതിനു പകരം ഇങ്ങനെ പറയുന്നതിന് ഒരു ഭംഗിയും കൗതുകവുമില്ലേ.

ഭാഷയുടെ സവിശേഷമായ പ്രയോഗങ്ങൾ ഗദ്യത്തിനും പദ്യത്തിനും പ്രത്യേകമായ സൗന്ദര്യവും അർത്ഥതലങ്ങളും നൽകുന്നു. അതാണ് പ്രയോഗസൗന്ദര്യം അല്ലെങ്കിൽ പ്രയോഗ കൗതുകം എന്നു പറയുന്നത്.

പാഠപുസ്തകങ്ങളിലെ ഉദാഹരണങ്ങൾ ചുവടെ

1. ഒന്നിച്ചാനമ്രമെയ്യോടെ
നിൽപ്പൂ.
കന്നിപ്പാടത്ത് കൊയ്ത്തുകാർ
നീളെ
നൽപുലർക്കാലപാടലവാനിൽ
ശുഭ്രമേലെപരമ്പരപോലെ

-കന്നിപ്പാടത്ത് കൊയ്ത്തുകാർ നിരന്നുനിന്ന കാഴ്ചയെ മനോഹരമായ ചിത്രീകരിച്ചിരിക്കുന്നു.

ഒരു സാമ്യോക്തിയാണ് ഇവിടെ പ്രയോഗ സൗന്ദര്യം സൃഷ്ടിച്ചിരിക്കുന്നത്.

2. അക്ഷരം പുറപ്പെട്ടില്ലന്ന്യോനം
നോക്കീ ഞങ്ങൾ
തൽക്ഷണം കറമ്പിരാവെന്തി
നാങ്ങോട്ടേക്കെത്തി

–രാവ് എന്നതിനു പകരമായി കറമ്പിരാവ് എന്ന് ഉപയോഗിച്ചിരിക്കുന്നത് ഈ സന്ദർഭത്തെ കൂടുതൽ അർത്ഥവത്താക്കുന്നു. കറുപ്പിനെ ദുഃഖത്തിന്റെയും മരണത്തിന്റെയും നിറമായി കാൽപ്പനികകവികൾ അവതരിപ്പിക്കുന്നു.

3. കേരളത്തിന്നീയിരുൾ
കുണ്ടിൽ നിന്നൊന്നു
കേറാൻ പിടിക്കയറെന്തു
വേറെ

–കേരളത്തെ കുണ്ട് എന്ന് വിശേഷിപ്പിക്കാതെ ഇരുൾ കുണ്ട് എന്നും മാതൃഭാഷയെ കയർ എന്ന് പറയാതെ പിടിക്കയർ എന്നും വിശേഷിപ്പിച്ചിരിക്കുന്നത് സന്ദർഭത്തെ മനോഹരമാക്കിത്തീർക്കുന്നില്ലേ. അന്ധകാരത്തിന്റെ കുഴിയിൽ വീണു പോയ മലയാളിയെ പ്രകാശപൂരിതമായ ആത്മബോധത്തിന്റെ ലോകത്ത് എത്തിക്കാൻ സഹായിക്കുന്ന പിടിക്കയറാണ് മാതൃഭാഷയായ മലയാളം.

ശ്രദ്ധിക്കേണ്ട കാര്യങ്ങൾ

- പ്രയോഗങ്ങൾ തിരിച്ചറിയണം
- അവയുടെ ശബ്ദാർത്ഥങ്ങൾ കണ്ടെത്തണം
- ഔചിത്യം പരിശോധിക്കണം.

●

എന്താണ് വാങ്മയ ചിത്രം ?

ചിത്രകാരൻ നിറങ്ങൾകൊണ്ട് വരച്ചിടുന്നതുപോലെ കവി വാക്കുകൾ കൊണ്ട് നിർമ്മിക്കുന്നതാണ് വാങ്മയചിത്രം

'വെള്ളിച്ചില്ലും വിതറി....
തുള്ളി തുള്ളി ഒഴുകും...
പോരിനുരചിതറും കാട്ടരുവി' എന്ന ഗാനത്തിൽ

കാട്ടരുവിയുടെ ചിത്രം നമുക്കു മുന്നിൽ ദൃശ്യമാകുന്നില്ലേ? അത് വാക്കുകൾ കൊണ്ടാണ് കവി തീർത്തിരിക്കുന്നത്

മറ്റു ചില ഉദാഹരണങ്ങൾ ശ്രദ്ധിച്ചു നോക്കു....

പച്ചകദളി കുലകൾക്കിടയ്ക്കിടെ
മെച്ചത്തിൽ നന്നായ് പഴുത്ത
പഴങ്ങളും

എന്നു പറയുമ്പോഴും പഴുത്തു പാകമായ വാഴപഴങ്ങളുടെ ഒരു മനോഹര ചിത്രം ലഭ്യമാവുന്നുണ്ട്.

എഴുത്തച്ഛന്റെ പാർത്ഥസാരഥീ വർണന വാങ്മയ ചിത്രത്തിന് മികച്ച ഉദാഹരണമാണ്.

......നവനവരസ
മിടയിടക്കൂടിക്കലർന്ന
നേത്രവും
മകരകുണ്ഡലം പ്രതിബിംബിക്കുന്ന
കവിൾത്തടങ്ങളും
മുഖസരോജവും

എന്നിങ്ങനെ അർജ്ജുനന്റെ തേരാളിയായ ശ്രീകൃഷ്ണന്റെ ഒരു വർണ്ണചിത്രം എഴുത്തച്ഛൻ ചിത്രീകരിച്ചിരിക്കുന്നു.

പാഠപുസ്തകങ്ങളിലെ ചില ഉദാഹരണങ്ങൾ താഴെ കൊടുക്കുന്നു.

ഒരു സന്ദർഭത്തെയോ ദൃശ്യത്തെയോ ചമത്ക്കാര പൂർണമായി വാക്കുകൾകൊണ്ട് അവതരിപ്പിക്കുന്നതിനെയാണ് വാങ്മയ ചിത്രമെന്ന് പറയുന്നത്.

1 കെട്ടിയ മുടി കച്ചയാൽ മൂടി
ചുറ്റിയ തുണി ചായ്ച്ചൊന്നു കുത്തി
വെറ്റില ചവച്ചുന്മദമോളം
വെട്ടിടു മരിവാളുകളുകളേന്തി
(കന്നിക്കോയ്ത്ത് - വൈലോപ്പള്ളി)

കന്നിപ്പാടത്ത് നിരന്നുനിന്ന കൊയ്ത്തുകാരുടെ മനോഹരമായ ഒരു ചിത്രമാണ് കവി വരിച്ചിടുന്നത്.

2. വൻകാറ്റു വന്നുങ്ങു
വീതു തുടങ്ങീട്ടു
വൻകുന്നു കൂടെ കുലുങ്ങി
ചെമ്മേ
കാലികളെല്ലാമേ ചാല
വിറച്ചങ്ങു
നീലക്കാർ വർണ്ണനെ
നോക്കിനിന്നു
ആ നായ നാരീമാർ
തന്മുഖമെല്ലാമേ
ദീനങ്ങളായ് വന്നു
പിന്നെ പിന്നെ
(കൃഷ്ണഗാഥ - ചെറുശ്ശേരി)

ഇന്ദ്രൻ പെയ്യിച്ച ശക്തമായ കാറ്റും മഴയും പ്രകൃതിയിലുണ്ടായ ഭാവമാറ്റങ്ങളും ജീവജാലങ്ങളിലും ഗോപസ്ത്രീകളിലുണ്ടായ ഭാവപ്രകടനങ്ങളുമാണ് ചെറുശ്ശേരി ദൃശ്യവൽക്കരിച്ചിരിക്കുന്നത്.

3) ചിമ്മിനി കൊച്ചുവിളക്കിന്റെ
നേരിയ
കണ്ണീർ വെളിച്ചം തുടച്ചു
നിന്നു
ഉമ്മറക്കൽപ്പടിച്ചോട്ടിലവളഴി

ച്ചിട്ട ച്ചെരിപ്പൊന്നുരുമ്മി
നോക്കി
പുള്ളിക്കുറുഞ്ഞി നിസ്സംഗ
യായ് പിന്നിലെ
കല്ലുവെട്ടിക്കുഴിയ്ക്കുള്ളിലേറി
(തോരാമഴ -റഫീഖ് അഹമ്മദ്)

-ഉമ്മുക്കുലുസു മരിച്ചന്നു രാത്രിയിലുണ്ടായ ചില ദൃശ്യങ്ങളെ ഇവിടെ ചിത്രീകരിച്ചിരിക്കുന്നു.

4. കുണ്ഡലമറ്റതാ വേറെ
കിടക്കുന്നു.
ഗണ്ഡസ്ഥലമതാ പിന്നെയും
മിന്നുന്നു
വില്ലാളികൾ മുമ്പനായവൻ
തന്നുടെ
വില്ലിതാവേറെക്കിടക്കുന്ന
തീശ്വര.

❑ പടക്കളത്തിൽ വീണു കിടക്കുന്ന കർണ്ണനെയാണ് ഇവിടെ ചിത്രീകരിച്ചിരിക്കുന്നത്.

ഇങ്ങനെ കവിതയിൽ ആവിഷ്ക്കരിച്ചിട്ടുള്ള വാങ്മയ ചിത്രങ്ങൾ അതിന്റെ ഭാവം ചോർന്നുപോകാതെ ഗദ്യത്തിൽ ആവിഷ്ക്കരിക്കുകയാണ് വേണ്ടത്. വെറും ഗദ്യവിവരണമാവാൻ പാടില്ല. ഭാവനാത്മകമായ ഒരു ഗദ്യവർണനയായിരിക്കണം അത്.

എഴുതേണ്ട ക്രമം

കവി/ കവിത

സന്ദർഭം

വാങ്മയചിത്രഗദ്യവിവരണം

ഔചിത്യം

ഔചിത്യഭംഗി കണ്ടെത്താം

1. അടിതളിക നടുവടി
   മുകളിൽ കുട

2. ഇരുതലയും നേർത്ത്
   നടുവീർത്ത് കിണ്ണംകിണ്ണം
   കിണകിണ്ണം

3. ഒരു തൊഴുത്തിൽ വെള്ള
   ക്കാള

മുകളിൽ കൊടുത്തിരിക്കുന്ന കടങ്കഥകൾ ശ്രദ്ധിച്ചു നോക്കൂ. ഒന്നാമത്തേതിന്റെ ഉത്തരം ചേന, രണ്ടാമത്തേതിന്റേത് മദ്ദളം, മൂന്നാമത്തേത് കോഴിമുട്ട. എങ്ങനെ നമുക്ക് ഈ ഉത്തരങ്ങളിൽ എത്തിച്ചേരാൻ കഴിഞ്ഞു.

അടികുട, നടുവടി, മുകളിൽ തളിക എന്നായിരുന്നുവെങ്കിൽ ചേന എന്ന ഉത്തരത്തിൽ എത്തിച്ചേരാൻ കഴിയുമോ? ഒരു തൊഴുത്തിൽ കറുത്ത കാള എന്നാണെങ്കിൽ കോഴിമുട്ട എന്ന ഉത്തരത്തിലും എത്തിച്ചേരാൻ കഴിയില്ല. അപ്പോൾ ഈ സാദൃശ്യപ്പെടുത്തലുകൾ ഇവയെ സംബന്ധിച്ച് യോജിച്ചതാണ്. ഇതു തിരിച്ചറിയുന്നതാണ് ഔചിത്യഭംഗി കണ്ടെത്തുക എന്ന പ്രവർത്തനം.

കവിതയിൽ കാവ്യഗുണത്തിന് പ്രധാനമായി ചൂണ്ടിക്കാട്ടുന്ന ഒന്നാണ് ഔചിത്യം. അനൗചിത്വം രസഭംഗസ്യകാരണം എന്നാണ് ഭാരതീയ ആലങ്കാരികൻമാരുടെ അഭിപ്രായം. അതിനാൽ പ്രയോഗങ്ങൾ, വർണനകൾ, അലങ്കാരങ്ങൾ, ആശയങ്ങൾ എന്നിവയിലെല്ലാം കവികൾ വളരെ ശ്രദ്ധയും നവീനതയും കല്പിക്കാറുണ്ട്. ഇവയെയെല്ലാം ഔചിത്യത്തിൽ ഉൾപ്പെടുത്താവുന്നതാണ്. കാവ്യത്തിന് ഭാവഭംഗി നൽകുന്ന ഉത്തമമായ ഭാഷാപ്രവർത്തനമാണിത്.

പാഠഭാഗങ്ങളിലെ ചില സന്ദർഭങ്ങൾ പരിശോധിക്കാം.

1. ചലദളിത്ധകാരം ചെവികളിലംഗാരം
കോകിലകൂജിതങ്ങൾ
കൊടിയകർണശൂലങ്ങൾ
കുസുമസൗരഭം നാസാങ്കുഹര
സരസൈരിഭം

ദമയന്തി ഉദ്യാനത്തിലേയ്ക്ക് പ്രവേശിച്ചപ്പോഴുണ്ടായ അവസ്ഥയാണ് കവി ഇവിടെ ചിത്രീകരിച്ചിരിക്കുന്നത്. പരസ്പരം ചേരാത്തതിനെയാണ് കവി ഇവിടെ ചേർത്തു വെച്ചിരിക്കുന്നത്. ദമയന്തിയുടെ അപ്പോഴത്തെ മാനസികാവസ്ഥയുമായി ബന്ധപ്പെട്ടു മാത്രമേ അതിന് പ്രസക്തിയുള്ളൂ. പൂന്തോട്ടത്തിലെ അനുഭവത്തെക്കുറിച്ച് അംഗാരം, കർണ്ണശൂലം തുടങ്ങിയ പദാവലികൾ സാധാരണ നിലയിൽ ഒട്ടും ചേർന്നതല്ല. എന്നാൽ പ്രണയപരവശയായ ദമയന്തിയുടെ അവസ്ഥയെ വെളിവാക്കാൻ ഈ വർണന ഏറ്റവും ഉചിതം തന്നെ.

2. ഗിരിനിർത്ധരശാന്തിഗാനമ-
ദ്ദൂരിയിൻ കേട്ടു ശയിക്കുമങ്ങുതാൻ
അരികിൽ തരുഗുല്മസഞ്ചയം
ചൊരിയും പൂനിര നിത്യമെന്റെമേൽ
മുകളിൽ കളനാദമാർന്നിടും
വികിരശ്രേണി പറന്നു പാറിടും
മുകിൽപോലെ നിരന്നുമിന്നുമ-
ത്തകിടിത്തട്ടിൽ മൃഗങ്ങൾ
തുള്ളിടും
അതുമല്ലയിസാനുഭൂവിലെ-
പ്പുതുരത്നാവലി ധാതുരാശിയും

കുതുകം തരുമെന്നുമല്ലഹോ
പൊതുവിൽ സർവമതെന്റെ
യായിടും

(ചിന്താവിഷ്ടയായ സീത - ആശാൻ)

സീത പ്രപഞ്ചപ്രതിഭാസങ്ങളോട് യാത്ര പറഞ്ഞ് പ്രകാശ പൂർണ്ണമായ മറ്റൊരു ലോകത്തിലേയ്ക്ക് പ്രവേശിക്കാനൊരുങ്ങുകയാണ്. താൻ എത്തിച്ചേരാൻ പോകുന്ന സ്ഥലത്തെക്കുറിച്ച് വ്യക്തമായ ധാരണയുണ്ട്.

- സീത ആ ലോകത്തെ അനുഭവങ്ങൾ അമൂല്യവും വിശിഷ്ടവുമായി കാണുന്നു.
- സീത പ്രകൃതിയുടെ പുത്രിയാണ്.
- മനുഷ്യന്റെ ഹീനമായ നടപടികളിൽ സീതയ്ക്ക് അമർഷമുണ്ട്.
- ഭൗതികലോകം നശ്വരമാണ്. എന്നാൽ താൻ എത്തിച്ചേരാൻ പോകുന്ന ലോകം അനശ്വരമാണെന്ന് അവൾ വിശ്വസിക്കുന്നു.
- ഭൂമിയിൽ തനിക്ക് ലഭിക്കാൻ കഴിയാത്തത് അവിടെ ലഭിക്കും എന്നവൾ കരുതുന്നു.
- അവിടെ പരമമായ സ്വാതന്ത്ര്യം ലഭിക്കും എന്നവൾ വിശ്വസിക്കുന്നു.

ഈ മനോഭാവങ്ങൾ കൊണ്ട് ഉചിതമായിത്തീരുന്നുണ്ട് സീതയുടെ ആലോചനകൾ.

എഴുതേണ്ട ക്രമം

കവി/കവിത

സന്ദർഭം

ചമത്ക്കാരം

ഔചിത്യം

സമർത്ഥനം

ധ്വനിതലം കണ്ടെത്താം

ഒരു പദത്തിന് വാച്യാർത്ഥത്തിന് അപ്പുറത്തേയ്ക്കുള്ള അർത്ഥം ഉണ്ടാക്കുന്നതാണ് ധ്വനി എന്നു പറയുന്നത്.

താഴെ കൊടുത്ത പഴഞ്ചൊല്ലുകൾ ശ്രദ്ധിക്കുക

അച്ഛനൊരൊച്ച
അമ്മയൊരു പച്ച

വേണമെങ്കിൽ ചക്ക
വേരിലും കായ്ക്കും

നിത്യാഭ്യാസി
ആനയെ എടുക്കും.

ഈ പഴഞ്ചൊല്ലുകളുടെ അർത്ഥം അച്ഛൻ ഒരു ഒച്ചയും അമ്മ പച്ചയും ആണ് എന്നതാണോ? പ്ലാവ് വിചാരിച്ചാൽ ചക്ക വേരിലും ഉണ്ടാകും എന്നാണോ, ദിവസവും അഭ്യാസം നടത്തുന്നവർ ആനയെ എടുക്കും എന്നാണോ? ഇതെല്ലാം അതിന്റെ വാചകാർത്ഥം (വാച്യാർത്ഥം) മാത്രമാണ്. എന്നാൽ അച്ഛൻ ഒരു ശകാരക്കാരനും അമ്മ ഒരു സാന്ത്വനക്കാരിയും ആണെന്നും, അസാധ്യമായി ഒന്നുമില്ലെന്നും, പരിശ്രമിച്ചാൽ എന്തും നേടാമെന്നുമെല്ലാമാണ് ഇതിന്റെ യഥാർത്ഥ അർത്ഥം. ഇതാണ് ധ്വന്യാർത്ഥം എന്നു പറയുന്നത്.

ഇങ്ങനെ കവിതയിലെ ആശയങ്ങൾ നൽകുന്ന വാച്യാർത്ഥത്തെക്കാൾ ആഴത്തിലുള്ള ധ്വന്യാർത്ഥങ്ങൾ കണ്ടെത്തി തയ്യാറാക്കുന്നതാണ് ധ്വനിതലം സംബന്ധിച്ച കുറിപ്പ്. പാഠഭാഗങ്ങളിലെ ചില ഉദാഹരണങ്ങൾ പരിചയപ്പെടാം.

1. കടലിന്നപസ്മാരം
കാറ്റിനോ നിത്യം കാസം
കുരച്ചുതുപ്പുന്നെങ്ങും
ക്ഷയരോഗിയാം മേഘം
(ശിഥിലയാമം - ആർ. വിശ്വനാഥൻ)

– തിരമാലകൾ കരയ്ക്കുവന്നടിയുമ്പോൾ നുരയും പതയും ഉണ്ടാകും വലിയ ശബ്ദവും കേൾക്കാൻ കഴിയും. അപസ്മാര രോഗികൾ കൈകാലിട്ടടിക്കുകയും അപ്പോൾ വായയിൽ നിന്ന് നുരയും പതയും വരുകയും ചെയ്യും. കടൽ അപസ്മാരരോഗി യാണെന്ന് കവി കണ്ടെത്തുന്നത് അങ്ങനെയാണ്.

-കാറ്റ് കാസരോഗിയാണെന്ന് കവി നിരീക്ഷിക്കുന്നു.

-മേഘപാളികളിൽ കാണുന്ന ചുവപ്പ് കലർന്ന നിറങ്ങളാണ് മേഘം ക്ഷയരോഗിയാണെന്ന് കവിയെക്കൊണ്ട് പറയിക്കുന്നത്.

2. ആ തെളിനീർ അയാളെ മാറോടണച്ചു. ആ കിണർ ജനയി താവിന്റെ മേൽ വെള്ളം തൂകി.

(ഉതുപ്പാന്റെ കിണർ - കാരൂർ)

ഉതുപ്പാൻ ആത്മഹത്യ ചെയ്തു എന്നു പറയുന്നതിന് പകര മായാണ് കഥാകാരൻ ഇങ്ങനെ എഴുതിരിക്കുന്നത്. ഉതുപ്പാനും പ്രകൃതിയുമായുള്ള ബന്ധത്തിന്റെ ഒരു തീവ്രഭാവം കൂടി ഈ വാക്യങ്ങളിലൂടെ വായനക്കാർക്ക് ലഭിക്കുന്നു.

ഇങ്ങനെ ധ്വന്യാർത്ഥങ്ങൾ നൽകുന്ന ഭാവതലം കണ്ടെത്തി ക്കുറിപ്പുകൾ തയ്യാറാക്കുകയാണ് വേണ്ടത്.

ശ്രദ്ധിക്കേണ്ട കാര്യങ്ങൾ

-പദങ്ങളുടെ, വാക്യങ്ങളുടെ വാച്യാർത്ഥം എന്തെന്ന് ക ണ്ടെത്തണം.

-വാചകാർത്ഥത്തിന് അപ്പുറത്തേക്കുള്ള അർത്ഥതലങ്ങൾ (ധ്വന്യാർത്ഥം) എന്തൊക്കെയാണെന്ന് നിരീക്ഷിക്കണം.

-അത് ഭാവപ്രകാശനത്തിന് എത്രമാത്രം സഹായകമാവു ന്നുണ്ട് എന്ന് കണ്ടെത്തണം.

-അതിന്റെ സൗന്ദര്യം കണ്ടെത്തണം.

●

സാദൃശ്യകല്പന/സാമ്യകല്പന തിരിച്ചറിയാം

1. പൂ പോലെ മൃദുലമായ ശരീരം
2. മുല്ലമൊട്ടു പോലെയുള്ള പല്ല്
3. പനങ്കുല പോലുള്ള മുടി
4. ചെന്തൊണ്ടിപ്പഴം പോലുള്ള ചുണ്ട്.

ശരീരത്തെ
പൂവിന്റെ മൃദുലതയോടും
പല്ലിനെ മുല്ലമൊട്ടിനോടും
മുടിയെ പനങ്കുലയോടും
ചുണ്ടിനെ ചെന്തൊണ്ടി
പഴത്തോടും
സാദൃശ്യപ്പെടുത്തിയിരിക്കുന്നു.

ഒരു വസ്തുവിനെയോ ഒരു പ്രവൃത്തിയെയോ അതിന്റെ അനുഭവം അനുവാചകമനസ്സിൽ തീവ്രതരമാക്കുന്നതിന് മറ്റുവസ്തുക്കളോട് സാദൃശ്യപ്പെടുത്താറുണ്ട്. ഇത് കവിതയ്ക്ക് പ്രത്യേകമായ ഒരു സൗന്ദര്യം നൽകുന്നു.

ഈ സാദൃശ്യപദങ്ങളെ കണ്ടെത്തി അത് കവിതയ്ക്ക് എത്ര മാത്രം സൗന്ദര്യം പകരുന്നു എന്ന് അന്വേഷിക്കുന്നതാണ് സാദൃശ്യകല്പനയെക്കുറിച്ചും സാമ്യകൽപ്പനയെക്കുറിച്ചുമുള്ള കുറിപ്പുകൾ.

പാഠഭാഗങ്ങളിലെ ചില ഉദാഹരണങ്ങൾ പരിചയപ്പെടാം.

1. ''വിണ്ണവർവാരണം തന്നുടെ
കൈയോളം
വണ്ണമെഴുന്നുള്ള തുള്ളികളും''
(കൃഷ്ണഗാഥ - ചെറുശ്ശേരി)

-മഴത്തുള്ളിയെ ആനയുടെ തുമ്പിക്കൈയോട് സാദൃശ്യപ്പെടുത്തിയിരിക്കുന്നു. ഇതിലൂടെ മഴയുടെ ഭീകരത, കാർമേഘത്തിന്ന് ആനയുടെ രൂപം എല്ലാം നൽകാൻ കവി ശ്രമിക്കുന്നു.

2. കാർനിഴൽ നീന്തിടുന്ന
കൺകളാലവൾ പിന്നെ
കാൽനടക്കാരൻ നിൽക്കും
പൂഴിയിൽ പൂത്തുകിനാൾ

(അങ്ങേ വീട്ടിലേയ്ക്ക് - ഇടശ്ശേരി)

-തന്റെ വീട്ടിലെത്തിയ അച്ഛൻ തിരിച്ചു പോകുന്നതുകണ്ട് നിസ്സഹായയായി നിൽക്കുന്ന മകളുടെ നോട്ടങ്ങളെ കവി പൂഴിയിൽ പുതുകലായി വിശേഷിപ്പിച്ചിരിക്കുന്നതിലുണ്ട് ഒരു സാദൃശ്യകൽപ്പന.

3. നല്ല മരതകകല്ലിനോടൊത്തൊരു
കല്യാണരൂപൻ

(സ്ത്രീപർവം -എഴുത്തച്ഛൻ)

-പച്ചരത്നകല്ലുപോലെ അഭിമന്യൂ

4. കടലോളം കണ്ണീർ കുടിച്ചവൾ
ചിങ്ങവെയിലൊളിപോലെ
ചിരിച്ചവൾ
ഉള്ളിൽ കൊടു തീയൊളിടും
ധരിത്രിയെപ്പോലെ തണുത്തി
രുണ്ടവൾ

(ഇവൾക്കുമാത്രമായ് - സുഗതകുമാരി)

പെണ്ണിനെ കടലിന്റെയത്രയും
കണ്ണീർ കുടിച്ചവൾ എന്നും
ചിങ്ങമാസത്തെ വെയിലുപോലെ ചിരിക്കുന്നവൾ എന്നും ഉള്ളിൽ കത്തിക്കാളുന്ന തീയുമായി ഭൂമിയെപ്പോലെ ശാന്തമായി നിൽക്കുന്നവൾ എന്നും സാദൃശ്യപ്പെടുത്തിയിരിക്കുന്നു.

എഴുതേണ്ട ക്രമം

കവി
കവിത/വരികൾ
സാമ്യപദങ്ങൾ/സാദൃശ്യ
പദങ്ങൾ
അർത്ഥതലം
ശബ്ദതലം
ഔചിത്യം

●

നല്ല ആസ്വാദനക്കുറിപ്പ് എങ്ങനെ എഴുതാം

ആസ്വദിക്കുക എന്നാൽ രുചിക്കുക രസം അനുഭവിക്കുക എന്നൊക്കെയാണ് അർത്ഥം. വായിക്കുന്ന പുസ്തകമോ, കവിതയോ, കഥയോ, നോവലോ, കാണുന്ന നാടകമോ, സിനിമയോ, ശില്പമോ, പ്രകൃതിദൃശ്യമോ എല്ലാം നാം ആസ്വദിക്കാറുണ്ട്. ഓരോന്നും നമ്മളിൽ വ്യത്യസ്തങ്ങളായ മനോവികാരങ്ങൾ ഉണർത്തും. സന്തോഷമാവാം, സങ്കടമാവാം എല്ലാ ചേർന്ന സമ്മിശ്ര വികാരങ്ങളാവാം. എന്തായാലും ഇവയെല്ലാം നമ്മളിൽ ഏതോ ചില മനോഭാവങ്ങളെ ഉണർത്തുന്നുണ്ട്. മാത്രവുമല്ല ആസ്വദിക്കുന്ന വസ്തുവിന്റെ സൃഷ്ടിയുടെ ഏതെല്ലാമോ അംഗങ്ങളാണ് നമ്മളിൽ ചില വികാരങ്ങളോ വിചാരങ്ങളോ സൃഷ്ടിക്കുന്നത്. ഒരു സിനിമയെക്കുറിച്ച് സാമാന്യമായി ചില അഭിപ്രായപ്രകടനങ്ങൾ നാം നടത്താറില്ലേ. നല്ല അഭിനയമാണ്, നല്ല ഫോട്ടോഗ്രഫിയാണ്, നല്ല സ്ക്രിപ്റ്റാണ് എന്നിങ്ങനെ. ഈ ഘടകങ്ങളെ ക്രമീകരിച്ച ചില വ്യവസ്ഥപ്പെടുത്തലുകൾ നടത്തിയാൽ ആസ്വാദനം തയ്യാറാക്കാം.

കഥ, കവിത, നോവൽ എന്നിവയെ സംബന്ധിച്ചു ആസ്വാദനത്തിന് ഇത്തരം ചില ഘടകങ്ങൾ ഉണ്ട്. പ്രമേയം, കാവ്യബിംബങ്ങൾ, വർണനകൾ, അലങ്കാരപ്രയോഗങ്ങൾ എന്നിവ കാവ്യാസ്വാദനത്തെ സംബന്ധിച്ച് വളരെ പ്രധാനപ്പെട്ടവയാണ്.

ആസ്വാദനക്കുറിപ്പ് എഴുതുന്നതിനു മുമ്പുള്ള തയ്യാറെടുപ്പുകൾ

1. ലഭിച്ച രചന പലതവണ (മൂന്ന് ആവർത്തിയെങ്കിലും) വായിച്ചിരിക്കണം.
2. പ്രമേയപരമായ സവിശേഷത, വർണനാചമത്കാരം, ബിംബകല്പന, വാങ്മയചിത്രങ്ങൾ എന്നിവ തിരിച്ചറിയണം
3. എങ്ങനെ എഴുതിത്തുടങ്ങണം എന്ന് ആലോചിക്കണം.

ആസ്വാദനക്കുറിപ്പിന്റെ പ്രധാന ഘടകങ്ങൾ

- ശീർഷകം നൽകണം.
- കർത്താവ്, കൃതി എന്നിവ പരാമർശിക്കണം.
- പ്രധാന ആശയം എന്താണെന്ന് വിശദീകരിക്കണം.
- ആസ്വാദന അംശങ്ങൾ തിരിച്ചറിഞ്ഞ് വിവരിക്കണം.
- കൃതിയുടെ സമകാലിക പ്രസക്തിയെന്തെന്ന് കണ്ടെത്തണം.

- സ്വന്തം നിരീക്ഷണം അവതരിപ്പിക്കണം.
- ഈ ക്രമത്തിൽ ഖണ്ഡികകളാക്കി ഉചിതമായ ആമുഖ ഖണ്ഡികയും ഉപസംഹാര വാക്യങ്ങളും ചേർത്ത് എഴുതിയാൽ നല്ല ആസ്വാദനക്കുറിപ്പായി.

എന്താണ് ആസ്വാദനാംശം ?

ആസ്വാദനാംശത്തിന്റെ മേഖലയിൽപ്പെടുന്നത് എന്തൊക്കെയായിരിക്കും എന്നത് പൊതുവെ സംശയമുള്ള കാര്യമാണ്. രൂപപരവും ഭാവപരവും പ്രമേയപരവുമായ കാര്യങ്ങൾ ആസ്വാദനാംശത്തിന്റെ പരിധിയിൽപ്പെടുന്നതാണ്. കാവ്യബിംബങ്ങൾ, വർണനകൾ, അലങ്കാര പ്രയോഗങ്ങൾ, വാങ്മയ ചിത്രങ്ങൾ എന്നിങ്ങനെ അർത്ഥപരവും ശബ്ദപരവുമായ സൗന്ദര്യങ്ങൾ മുഴുവൻ ആസ്വാദനാംശങ്ങളുടെ പരിധിയിൽപ്പെടുന്നതാണ്.

'കനകചിലങ്ക കിലുങ്ങിക്കിലുങ്ങി
കാഞ്ചനകാഞ്ചി കുലുങ്ങിക്കുലുങ്ങി

കടമിഴിക്കോണുകളിൽ സ്വപ്നം
മയങ്ങി
കതിരുതിർപ്പൂ പുഞ്ചിരി
ചെഞ്ചുണ്ടിൽ തങ്ങി'

ചങ്ങമ്പുഴയുടെ കാവ്യനർത്തകിയിലെ വരികളാണിത്. ഇവിടെ ശബ്ദപരവും അർത്ഥപരവുമായ എന്തെല്ലാം സൗന്ദര്യാംശങ്ങൾ ഉണ്ട് എന്ന് നോക്കൂ.

- ഇവിടെ നർത്തകിയുടെ ഒരു ചിത്രം നമ്മളിൽ സൃഷ്ടിക്കപ്പെടുന്നുണ്ട്.
- അത് ഒരു വാങ്മയചിത്രമായി നമ്മളിൽ നിറയുന്നു.
- കാവ്യനർത്തകിയുടെ ഒരു ഭാവം നമ്മളിൽ നിറയുന്നു.
- വ്യഞ്ജനാക്ഷരങ്ങളുടെ ആവർത്തനം ഇതിന് ഒരു സൗകുമാര്യം നൽകുന്നു.

ഈ അംശങ്ങളെല്ലാം പരിഗണിച്ച് എഴുതുന്നതാണ് ആസ്വാദനാംശം എന്നത്.

എന്താണ് സമകാലിക പ്രസക്തി /

സ്വന്തം നിരീക്ഷണം?

ആസ്വാദനക്കുറിപ്പിന്റെ ഒരു പ്രധാനപ്പെട്ട ഘടകമാണ് തന്നിരിക്കുന്ന രചനയ്ക്കുള്ള വർത്തമാനകാലത്തിന്റെ പ്രാധാന്യം എന്തെന്ന് നിരീക്ഷിക്കൽ ഏതൊരു ആസ്വാദനപ്രക്രിയയ്ക്കും സ്വാഭാവികമായി നടക്കുന്നതാണിത്. ഇക്കാലത്തിൽ ഇതിനെന്തു പ്രാധാന്യമാണുള്ളത് എന്നത്. ഏതെല്ലാം സാമൂഹിക സംഘർഷങ്ങൾ കൃതി ആവിഷ്കരിക്കുന്നു, വ്യക്തിയുടെ ഏതെല്ലാം പ്രശ്നങ്ങളെയാണ് കൃതി അഭിസംബോധന ചെയ്യുന്നത്. ഇത് കാലത്തോട് സംവദിക്കുന്നതാണോ ? എന്നെല്ലാം അന്വേഷിക്കുന്നതാണിത്.

ഈ ഘടകങ്ങളെ കണ്ടെത്താൻ സ്വന്തം നിരീക്ഷണം ആവശ്യമാണ്. ആയതിനാൽ സമകാലിക പ്രസക്തിയും സ്വന്തം നിരീക്ഷണവും പരസ്പരബന്ധിതമാണ് എന്നു പറയാം.

താഴെ കൊടുത്തിരിക്കുന്ന ആസ്വാദനക്കുറിപ്പ് പരിശോധിച്ച് ആസ്വാദനക്കുറിപ്പിന്റെ ഘടകങ്ങൾ തിരിച്ചറിയാൻ ശ്രമിക്കുക.

ഭൂമിയീ നമ്മളിലേക്കൊതുങ്ങുന്നുവോ?
നാമിന്നു ഭൂമിയോളം വലുതാകയോ?
സൂര്യനെക്കാണാധ്രുവങ്ങൾ തൻ ശൈത്യവും
സൂര്യൻ പുണരെദഹിക്കുന്ന 'സംജ്ഞ'പോൽ
നീറും മരുഭൂമിതൻ കൊടുംതാപവും
നീരാഴിതൻ നിലയ്ക്കാത്തൊരശാന്തിയും
മായും മരതകപ്പച്ചകൾ കണ്ടുപോം
പാവം നദിയുടെ പാട്ടിന്നിടർച്ചയും
ഏതോ വിഷക്കനി ഭക്ഷിച്ചു കൊക്കിലെ
നാദം വരണ്ടുപോം പക്ഷിതൻ ദൈന്യവും
ഉൾക്കനിവിൽ ഉപ്പലിഞ്ഞോരുറവക-
ളൊക്കെയും വറ്റിയ മണ്ണിന്റെ ദാഹവും
നാമേറ്റുവാങ്ങവേ നമ്മുടെയാത്മാവിൽ
ഭൂമി നിറയുന്നു നാം ഭൂമിയാവുന്നു.

ആസ്വാദനക്കുറിപ്പ് മാതൃക

ആത്മാവിൽ നിറയേണ്ട ഭൂമി

മാനവികതയുടെ ഉണർത്തുപാട്ടുകാരനാണ് മലയാളത്തിന്റെ പ്രിയ കവി ഒ.എൻ.വി കുറുപ്പ്. പ്രകൃതിയും മനുഷ്യനും തമ്മിലും മനുഷ്യനും മനുഷ്യനും തമ്മിലുമുള്ള സമഞ്ജസമായ സമ്മേളനമാണ് കവിയുടെ എല്ലാ കാലത്തെയും സ്വപ്നം. പ്രകൃതിയുടെ സൗന്ദര്യത്തിൽ ആഹ്ലാദിക്കുന്ന കവി ഭൂമിയുടെ ആസന്ന മൃതിയിൽ വിലപിക്കുകയും ചെയ്യുന്നു. ഭൂമി, ഭൂമിഗീതങ്ങൾ, ഭൂമിക്കൊരു ചരമഗീതം എന്നീ കവിതകൾ ഈ കാവ്യഭാവനയുടെ നിദർശനങ്ങൾ അത്രേ.

'ഭൂമിഗീതങ്ങൾ' ഭൂമിയും മനുഷ്യരും തമ്മിലുള്ള അദ്വൈത ദർശനമാണ് മുന്നോട്ടു വെയ്ക്കുന്നത്. മനുഷ്യനിൽ നിന്ന് വേറിട്ടുനിൽക്കുന്ന ഒരു ഭൗതികാസ്തിത്വം ഭൂമിക്ക് കവി കല്പിച്ചു നൽകുന്നില്ല. ഭൂമിയിൽ നിന്ന് വേറിട്ട് മനുഷ്യർക്കും നിലനില്പില്ല. ഭൂമിയുണ്ടെങ്കിലേ മനുഷ്യനും ഉള്ളൂ. ഈയൊരു ദർശനം ഭൂമിയെ താൻ തന്നെയായി നോക്കിക്കാണാനുള്ള ഒരു ലോകവീക്ഷണം സമ്മാനിക്കുന്നു.

ഭൂമിയെ മനുഷ്യരുടെ സങ്കുചിതങ്ങളിലേയ്ക്ക് ചുരുക്കണമോ അതോ മനുഷ്യർ ഭൂമിയുടെ അപാരതയിലേയ്ക്കും വിശാലതയിലേയ്ക്കും വിടരണമോ എന്നതാണ് കവിയുടെ ചോദ്യം. എപ്പോഴാണ് ഭൂമി നമ്മുടെ ആത്മാവിൽ നിറയുക എന്നതിന് കവിക്ക് ഉത്തരമുണ്ട്.

ധാരാളം വൈരുദ്ധ്യങ്ങളുടേയും, വൈവിധ്യങ്ങളുടെയും ആകെ തുകയാണ് ഭൂമി. സൂര്യനെ കണികാണാൻ പോലും കഴിയാത്ത ഇരുണ്ടതും തണുത്തതുമായ ധ്രുവപ്രദേശങ്ങൾ ഒരു ഭാഗത്ത്, ചുട്ടുപൊള്ളുന്ന മണൽപരപ്പ് അശാന്തമായി അലറിക്കൊണ്ടൊഴുകുന്ന സമുദ്ര പ്രവാഹങ്ങൾ, മറയുന്ന പച്ചപ്പുകളെ കുറിച്ചോർത്ത് സ്വരം ഇടറിയൊഴുകുന്ന നദികൾ, വിഷക്കനി ഭക്ഷിച്ച് ഉറവ വറ്റിയ കിളികൾ, സ്നേഹത്തിന്റെ തെളിനീരുറവകളൊക്കെയും വറ്റി വരണ്ടുണങ്ങി ദാഹിച്ചു പിടയുന്ന മണ്ണ്. ഇങ്ങനെ പരസ്പരം എതിർത്തു നിൽക്കുന്ന വൈരുദ്ധ്യങ്ങളുടെ സമ്മേളനമാണ് ഈ ഭൂമി. ഈ വൈരുദ്ധ്യങ്ങളുടെയും വ്യത്യാസങ്ങളുടെയും കാഴ്ചക്കാരല്ല യഥാർത്ഥ മനുഷ്യർ. അവർ ഭൂമിയുടെ ഈ വിരുദ്ധഭാവങ്ങളെ മുഴുവൻ അനുഭവങ്ങളാക്കി മാറ്റുന്നു. ആത്മാവിൽ സ്വീകരിക്കുന്നു. ഭൂമിയുടെ ഓരോ ചെറു തുടിപ്പും നമ്മുടേതുകൂടിയായിത്തീരണം എന്ന സങ്കല്പമാണ് കവി മുന്നോട്ടു വെയ്ക്കുന്നത്.

ആധുനിക മനുഷ്യർ ഭൂമിയെ അവരുടെ സങ്കുചിത താല്പര്യങ്ങളുടെ ഇരയാക്കി മാറ്റുന്നു. മനുഷ്യർ അവരുടെ അമിതമായ സുഖഭോഗങ്ങൾക്കുവേണ്ടി നമ്മുടെ നിലനിൽപ്പിനെ തന്നെ അപകടപ്പെടുത്തും വിധം ചൂഷണം ചെയ്യുന്നു. അതുകൊണ്ടാണ് ഭൂമിക്കൊരു ചരമഗീതത്തിൽ ഇതു നിന്റെ (എന്റെയും) ചരമശുശ്രൂഷയ്ക്ക് ഹൃദയത്തിൽ എന്നേ കുറിച്ച ഗീതം എന്നെഴുതുന്നത്. അപ്പോൾ ഭൂമിയെ മനുഷ്യന്റെ സ്വാർത്ഥതകളിലേയ്ക്ക് ഒതുക്കുകയല്ല വേണ്ടത്. ഭൂമിയോളം വലുതാവുകയാണ് മനുഷ്യൻ ചെയ്യേണ്ടത്.

കവിതയിൽ ഉപയോഗിച്ചിരിക്കുന്ന കല്പനകളും ബിംബങ്ങളും കവിതയെ കൂടുതൽ അനുഭവവേദ്യമാക്കുന്നു. 'സൂര്യനെ പുണരെ ദഹിക്കുന്ന സംജ്ഞപോൽ' എന്ന പ്രയോഗത്തിലൂടെ ഭൂമിയുടെ മണൽപ്പരപ്പ് ഭൂമിയുടെ തന്ന ഒരു സ്നേഹഭാഗമാണെന്ന പ്രതീതി സൃഷ്ടിക്കുന്നു. മായുന്ന മരതകപ്പച്ച, വിഷക്കനിഭക്ഷിച്ച് കൊക്കിലെ നാദം വരണ്ടുപോയ പക്ഷി, ഉപ്പലിഞ്ഞ ഉറവകളൊക്കെയും വറ്റിയ മണ്ണ്. എന്നിങ്ങനെ അശാന്തതയുടെ ചിത്രങ്ങൾ ഭൂമി നേരിടുന്ന അപകടങ്ങളെ വായനക്കാരെ അനുഭവിക്കാൻ പോന്നതാണ്.

ഉപഭോഗത്തിലാണ്ടതും നിദ്രാണവുമായിത്തീർന്ന മനുഷ്യാവസ്ഥയെ വിളിച്ചുണർത്തുകയും ഒപ്പം സ്നേഹത്തിന്റെ പതാകവാഹകരാവാൻ മനുഷ്യകുലത്തോട് ആഹ്വാനം നടത്തുകയും ചെയ്യുന്നു ഈ കവിത.

●

വിശകലനക്കുറിപ്പ് എഴുതാം

ഹൈസ്ക്കൂൾ, ഹയർസെക്കന്ററി തലത്തിൽ പഠിക്കുന്ന വിദ്യാർത്ഥികൾ നന്നായി മനസ്സിലാക്കേണ്ട ഒരു വ്യവഹാരരൂപമാണ് വിശകലന കുറിപ്പ്. പലപ്പോഴും ആസ്വാദനക്കുറിപ്പു പോലെ തന്നെയാണ് വിശലകലനകുറിപ്പും എഴുതി കാണുന്നത്. ഇവ തമ്മിലുള്ള അടിസ്ഥാനപരമായ വ്യത്യാസം അധികം പേരും വേണ്ടത്ര മനസ്സിലാക്കിയിട്ടില്ല.

വിശേഷണയുള്ള ശകലനം ആണ് വിശകലനം. ശകലനം എന്നാൽ ചെറുകഷ്ണങ്ങൾ ആക്കുക എന്നർത്ഥം. എന്നുപറഞ്ഞാൽ ലഭിച്ചിരിക്കുന്ന കൃതിയെ (കഥ, കവിത, നോവൽ) ആഴത്തിൽ പരിശോധിക്കുന്നതാണത്. ആസ്വാദനത്തിന്റെ അടുത്ത ഘട്ടമാണത്. ഏതൊരു കൃതിയെയും വിശകലനം ചെയ്തു കൊണ്ടാണ് പഠനങ്ങളും, വിമർശനങ്ങളും നിരൂപണങ്ങളും തയ്യാറാക്കുന്നത്. ഈ വ്യവഹാരങ്ങൾക്കെല്ലാമുള്ള പ്രാഥമിക പ്രവർത്തനമാണ് വിശകലനം.

ഏതെങ്കിലും കഥയോ കവിതയോ മാത്രമായോ അല്ലെങ്കിൽ അവയെ പരസ്പരം താരതമ്യപ്പെടുത്തിയോ വിശകലനക്കുറിപ്പ് എഴുതാൻ സാധാരണയായി പരീക്ഷയ്ക്ക് ചോദിക്കാറുണ്ട്. എന്തായാലും ചെയ്യേണ്ട ജോലി ലഭിച്ചിരിക്കുന്നതിനെ ആഴത്തിൽ പരിശോധിക്കൽ തന്നെയാണ്. സാധാരണ വായനക്കാരൻ / വായനക്കാരി എത്തിച്ചേരാത്ത മേഖലകളിലേയ്ക്ക് വിശകലനം ചെയ്യുന്ന ആൾ എത്തിച്ചേരണം. ആരും കാണാത്ത അറകൾ തുറക്കാൻ വിശകലനകാരന് / കാരിക്ക് കഴിയണം. അതിനാവശ്യമായ ഒരു രീതിശാസ്ത്രം വിശകലനം ചെയ്യുന്ന ആൾ വിക

സിപ്പിച്ചെടുക്കുന്നത് നല്ലതാണ്. ഇതെല്ലാം കുട്ടികൾക്ക് ചെയ്യാൻ പ്രയാസമുള്ള കാര്യമാണ് എന്ന് കരുതരുത്.

ലഭിച്ചിരിക്കുന്ന കൃതിയെ മുൻനിർത്തി നിരവധി ചോദ്യങ്ങൾ ഉൽപ്പാദിപ്പിക്കാൻ വിശകലനം ചെയ്യുന്ന ആൾ ശ്രമിക്കണം. അങ്ങനെ ആഴങ്ങളിലേയ്ക്ക് കടക്കുമ്പോൾ നേരത്തെ ലഭിച്ച അർത്ഥങ്ങളിൽ നിന്ന് ആന്തരീകമായ അർത്ഥങ്ങളിലേയ്ക്ക്, ചിലപ്പോൾ നേരത്തേ ലഭിച്ചതിൽ നിന്നും തീർത്തും വിരുദ്ധമായതുമായ അർത്ഥതലങ്ങളിയേക്ക് എത്തും.

ഒരു കുട്ടിക്കവിത നമുക്ക് വിശകലനത്തിന് വിധേയമാക്കി നോക്കാം.

പൂച്ച നല്ല പൂച്ച
വൃത്തിയുള്ള പൂച്ച
പാലുവെച്ച പാത്രം
വൃത്തിയാക്കി പൂച്ച.

സാധാരണ എല്ലാവരും കേട്ടിട്ടുള്ള ഒരു കുട്ടിക്കവിതയാണിത്. സാമാന്യവായനയ്ക്ക് ഇതിലെ പൂച്ച വൃത്തിയുള്ള നല്ല പൂച്ചയാണ്. കാരണം അത് പാലുവെച്ച പാത്രം വൃത്തിയാക്കി വെയ്ക്കുന്നു. ഈ സാമാന്യആശയത്തെ മുൻനിർത്തിയാണ് പലപ്പോഴും ആസ്വാദനക്കുറിപ്പുകൾ എഴുതാറുള്ളത്. എന്നാൽ വിശകലനം ഇതിന്റെ അടുത്തഘട്ടമാണ്. എന്താണ് വിശകലനത്തിൽ സംഭവിക്കുന്നത് എന്ന് നോക്കൂ...

- ഈ പൂച്ച എന്തു ചെയ്യുന്നു?
  പാലു കുടിക്കുന്നു.
- എങ്ങനെ കുടിക്കുന്നു? എല്ലാവരും കാൺകെയാണോ ഈ പ്രവൃത്തി ചെയ്യുന്നത്?
  അല്ല, കട്ടുകുടിയ്ക്കുകയാണ് ചെയ്യുന്നത്.
- കട്ടുകുടിക്കുക മാത്രമാണോ ചെയ്യുന്നത്?
  അല്ല, പാൽപാത്രം വൃത്തിയാക്കി വെക്കുക കൂടി ചെയ്യുന്നു.
- പാൽ പാത്രം വൃത്തിയാക്കി വെക്കുമ്പോൾ എന്താണ് സംഭവിക്കുന്നത്.?
  ഈ പാത്രത്തിൽ പാലുണ്ടായിരുന്നോ എന്ന സംശയം വീട്ടമ്മയ്ക്ക് ഉണ്ടാവുന്നു.
- ഇവിടെ പൂച്ച ചെയ്തത് എന്താണ്?
  കട്ടതിന്റെ തെളിവു നശിപ്പിക്കുന്നു.
- ഇങ്ങനെ കളവു നടത്തുന്ന, കട്ടതിന്റെ തെളിവു നശിപ്പി ക്കുന്ന ഇവൻ നല്ല പൂച്ചയാണോ?

അല്ല, സമർത്ഥനായ കള്ളനാണ്.

- അപ്പോൾ നല്ല എന്നതിന് എന്ത് അർത്ഥമാണുള്ളത്? നിഷേധ അർത്ഥം.

വായനയുടെ ആദ്യഘട്ടത്തിൽ നല്ലവനായ ഈ പൂച്ച ഇപ്പോൾ കള്ളനായ, കളവിന്റെ തെളിവു പോലും നശിപ്പിക്കുന്ന സമർത്ഥനായ കള്ളൻ പൂച്ചയായി മാറിയിരിക്കുന്നു. ഇതാണ് വിശകലനത്തിലൂടെ സംഭവിക്കുന്നതെന്ന് സാമാന്യമായി പറയാം.

എങ്ങനെ എഴുതണം?

കിട്ടിയ ആശയങ്ങളെ അതേപ്പടി എഴുതിവെയ്ക്കുകയല്ല. വിശകലനക്കുറിപ്പിനും ചില വ്യവസ്ഥകൾ ഉണ്ട്. ഘട്ടങ്ങൾ ആസ്വാദനക്കുറിപ്പിന് സമാനമാണ് എന്നു പറയാം. (ചില സന്ദർഭങ്ങളിൽ ഇതിന് വ്യത്യാസം ഉണ്ടായിരിക്കും)

കർത്താവ് / കൃതി
ആശയം
വിശകലനാംശം
സമകാലികപ്രസക്തി
സ്വന്തം നിരീക്ഷണം

ആസ്വാദനക്കുറിപ്പിൽ ആസ്വാദനാംശത്തിനായിരുന്നു പ്രാധാനമെങ്കിൽ വിശകലനക്കുറിപ്പിൽ വിശകലനത്തിനാണ് പ്രാധാന്യം.

വായനക്കാരന്റെ ആത്മനിഷ്ഠതയ്ക്ക് വിശകലനത്തിൽ പ്രാധാന്യം കൂടും. അത് ഏറെക്കൂറെ വ്യക്തിപരമായ കണ്ടെത്തലുകളാണ്. ആസ്വാദനകുറിപ്പിന് ഉണ്ടായിരുന്ന സുഘടിതമായ ഒരു ഘടന സ്വീകരിച്ച് വിശകലനക്കുറിപ്പും എഴുതാം.

ഇങ്ങനെ തയ്യാറാക്കിക്കഴിഞ്ഞാൽ ലക്ഷണമൊത്ത വിശകലനകുറിപ്പായി.

●

വാർത്തകൾ തയ്യാറാക്കേണ്ടത്

നിത്യജീവിതത്തിൽ ഏറെ പ്രചാരം നേടിയ വ്യവഹാരരൂപമാണ് പത്രവാർത്ത. അച്ചടിമാധ്യമങ്ങളുടെയും വിശേഷിച്ച് പത്രത്തിന്റെ വരവോടെയാണ് വാർത്ത സാർവ്വത്രികമായത്. റേഡിയോ, ടെലിവിഷൻ, ഇന്റർനെറ്റ് എന്നീ ഇലക്ട്രോണിക് മാധ്യമങ്ങൾ കൂടി വ്യാപകമായതോടെ വാർത്തയും വിപുലമായി. ഇവിടെ പത്രവാർത്തയെയാണ് പരിചയപ്പെടുത്തുന്നത്.

നടന്നതോ, നടക്കാനിരിക്കുന്നതോ ആയ ഒരു കാര്യം ജനങ്ങളിൽ എത്തിക്കുന്നതിനുള്ള ഒരു ഉപാധിയാണ് പത്രവാർത്ത. എന്ത്? എപ്പോൾ? എവിടെ? എന്തുകൊണ്ട്? എങ്ങനെ? ആര്? എന്നിങ്ങനെ അഞ്ച് 'എ' ക്കും ഒരു 'ആ' ക്കും (Five W One H) ഉള്ള ഉത്തരമാണ് വാർത്ത. തലകുത്തനെ നിൽക്കുന്ന (invert-

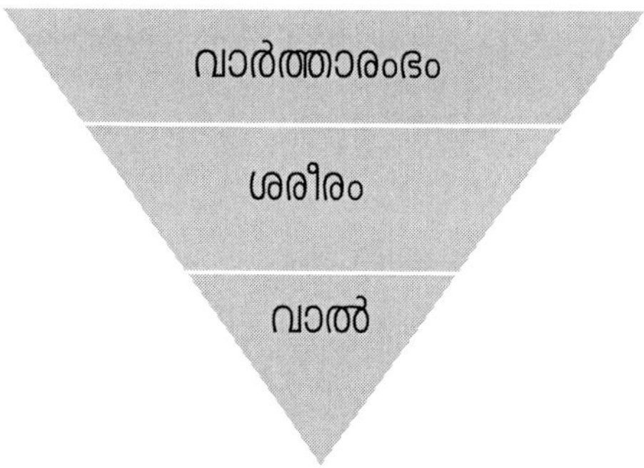

ed) പിരമിഡിന്റെ രൂപമാണ് വാർത്തയുടെ ഘടന.

വാർത്താരംഭം

ശീർഷകത്തിനുശേഷം വാർത്ത എഴുതി തുടങ്ങുന്നു. വാർത്തയുടെ ആദ്യഖണ്ഡികയാണിത്. എപ്പോൾ? എവിടെ? എന്ത്? എന്നിങ്ങനെയുള്ള ചോദ്യങ്ങൾക്കുള്ള ഉത്തരം ഒന്നാമത്തെ ഖണ്ഡികയിൽ തന്നെ വേണം. വാർത്തയുടെ പ്രധാനപ്പെട്ട ഭാഗമാണിത്.

ശരീരം

വാർത്തയിലെ കേന്ദ്രാശയങ്ങളും ഉപാശയങ്ങളും അടങ്ങിയതാണ് ശരീരം എന്നു പറയുന്നത്. കാര്യങ്ങൾ വിശദീകരിക്കുന്നത് ഈ ശരീരത്തിലാണ്.

വാൽ

വാർത്തയുടെ അപ്രധാനമായ ഭാഗമാണ് വാൽ എന്നുപറയാമെങ്കിലും വാലില്ലാതെ വാർത്തയ്ക്ക് ഭംഗിയുണ്ടാവില്ല. അനുബന്ധത്തിൽ കൊടുത്ത വാർത്തയിൽ മേൽപ്പറഞ്ഞ ഘടകങ്ങൾ ഏതെല്ലാമാണെന്ന് പരിശോധിക്കണം.

ശീർഷകം

വാർത്തയ്ക്ക് ഒരു ശീർഷകം ഉണ്ടായിരിക്കണം. വാർത്തയിൽ ഏറ്റവും മുകളിലായി ഏറ്റവും വലിപ്പത്തിൽ കാണുന്നതാണ് ശീർഷകം അഥവാ തലക്കെട്ട്. ശീർഷകത്തിൽ ഉള്ളടക്ക സൂചന നിർബന്ധമാണ്. ഉള്ളടക്കത്തെ സംബന്ധിച്ച സാമാന്യമായ ഒരറിവ് ശീർഷകം നൽകിയിരിക്കണം.

ശ്രദ്ധിക്കേണ്ട മറ്റു കാര്യങ്ങൾ

വാർത്തയിൽ എഴുതുന്ന ആളിന്റെ മനോധർമ്മത്തിന് പ്രാധാന്യം കുറയും. സംഭവങ്ങളുടെ നേർവിവരണമായിരിക്കണം വാർത്ത. വിശകലനങ്ങളിലേയ്ക്ക് വാർത്ത എഴുത്തുകാരൻ പ്രവേശിക്കേണ്ടതില്ല. വാർത്ത റിപ്പോർട്ട് ചെയ്യുന്ന സ്ഥലവും കൂടി ചേർത്ത് വാർത്ത സമഗ്രമാക്കി അവതരിപ്പിക്കാം.

●

എന്താണ് മുഖപ്രസംഗം/ എഡിറ്റോറിയൽ?

പത്രത്തിന്റെ വീക്ഷണം പ്രകടിപ്പിക്കുന്ന ഒരു വ്യവഹാരരൂപമാണ് മുഖപ്രസംഗം അഥവാ എഡിറ്റോറിയൽ. പേരുകൊണ്ട് പ്രസംഗവും രൂപം കൊണ്ടു ഉപന്യാസവുമാണെങ്കിലും മുഖപ്രസംഗം ഇതു രണ്ടുമല്ല. അത് ആഴമേറിയ വിശകലനങ്ങൾ അടങ്ങിയ പത്രത്തിന്റെ അഭിപ്രായങ്ങളാണ്.

വാർത്ത സംഭവങ്ങളുടെ വിവരണങ്ങളാണെങ്കിൽ എഡിറ്റോറിയൽ സംഭവങ്ങളുടെ വിവരണങ്ങളല്ല. ഈ സംഭവങ്ങളെക്കുറിച്ചുള്ള പത്രത്തിന്റെ അഭിപ്രായമാണ്. ഗൗരവപൂർവ്വം പത്രം വായിക്കുന്നവർ ശ്രദ്ധിച്ച് വായിക്കുന്ന ഒരു കോളമാണ് എഡിറ്റോറിയൽ.

മുഖപ്രസംഗത്തിന്റെ പ്രാധാന്യം

സമകാലികമായ വിഷയങ്ങളാണ് എഡിറ്റോറിയലിനുവേണ്ടി തിരഞ്ഞെടുക്കുക. വർഗീയ ലഹളകൾ, രാഷ്ട്രീയ കൊലപാതകങ്ങൾ, അമിതമായ രാഷ്ട്രീയവൽക്കരണം, വിലക്കയറ്റം, പെട്രോളീയം ഉൽപ്പനങ്ങളുടെ വിലവർദ്ധന, വിദ്യാഭ്യാസപ്രശ്നങ്ങൾ എന്നിങ്ങനെ സമകാലികമായ എല്ലാപ്രശ്നങ്ങളെ സംബന്ധിച്ചും എഡിറ്റോറിയൽ തയ്യാറാക്കാവുന്നതാണ്.

ഉള്ളടക്കം സംബന്ധിച്ച കാര്യങ്ങൾ

ഏതെങ്കിലും സമകാലിക പ്രശ്നങ്ങളാണ് എഡിറ്റോറിയലിന് വിഷയമായിത്തീരുന്നത് എന്നു പറഞ്ഞല്ലോ. എന്നാൽ മറ്റ് ഉപന്യാസങ്ങളിൽനിന്നും ലേഖനങ്ങളിൽ നിന്നും മുഖപ്രസംഗം വ്യത്യാ

സപ്പെട്ടു നിൽക്കുന്നു. അത് എങ്ങനെയൊക്കെയാണെന്നു നോക്കാം.

അവതരിപ്പിക്കാൻ പോകുന്ന വിഷയത്തെ സംബന്ധിച്ച് ആധികാരികമായ ഒരു പഠനം മുഖപ്രസംഗത്തിൽ വേണം. അതിനായി വിവരങ്ങൾ (Data) ധാരാളമായി ശേഖരിക്കണം. തങ്ങൾ അവതരിപ്പിക്കാൻ പോകുന്ന കാഴ്ചപ്പാട് വെറും ആത്മനിഷ്ഠവുമായതല്ല എന്ന് വായനക്കാരന് അനുഭവപ്പെടാനാണ് ഇത്. മാത്രവുമല്ല വിശകലനം സാധ്യമാവണമെങ്കിൽ വിവരങ്ങൾ അവതരിപ്പിക്കുകയും വേണം.

ലഭിച്ച വിവരങ്ങളെ ആസ്പദമാക്കിയുള്ളതാണ് അടുത്തഘട്ടം. അത് വിശകലനമാണ്. ലഭിച്ച വിവരങ്ങളെ വിശകലനത്തിന് വിധേയമാക്കണം. തങ്ങൾ നൽകാൻ പോകുന്ന പരിഹാരങ്ങൾക്കും ആഹ്വാനങ്ങൾക്കും പറ്റുന്ന വിധത്തിലാണ് വിശകലനം നടത്തേണ്ടത്. ഈ വിശകലനങ്ങളിലേയ്ക്കും ചില പരിഹാര നിർദ്ദേശങ്ങളിലേയ്ക്കും എഡിറ്റോറിയൽ കടക്കേണ്ടതുണ്ട്. ഇങ്ങനെ ചിട്ടപ്പെടുത്തി എഴുതുന്നതാണ് എഡിറ്റോറിയൽ. ഇത് തീർത്തും പത്രത്തിന്റെ മാത്രം അഭിപ്രായമാണ്. എഡിറ്റോറിയലിന്റെ ഉള്ളടക്കപരമായതും രൂപപരമായതുമായ ഘടകങ്ങൾ ചുവടെ കൊടുക്കുന്നു.

ഉള്ളടക്കം
വിവരങ്ങൾ
വിശകലനങ്ങൾ
നിഗമനം
പരിഹാരം
ആഹ്വാനം

രൂപം
ശീർഷകം
ആമുഖം
ഖണ്ഡികാകരണം
ഉപസംഹാരം

ശീർഷകം എഡിറ്റോറിയലിന് പ്രധാനമാണ്. ശീർഷകമാവട്ടെ ലഘുലേഖയ്ക്കോ മറ്റു ഉപന്യാസങ്ങൾക്കോ എഴുതുന്നവിധത്തിലാവാതെ ഗൗരവമുള്ളതായി തോന്നണം.

എഡിറ്റോറിയലിന്റെ പൊതുസ്വഭാവം

- മൗലിക പ്രാധാന്യമുള്ള വിഷയങ്ങളാണ്

മുഖപ്രസംഗത്തിന് ആധാരം

- പത്രാധിപന്റെ വീക്ഷണമാണത്
- ജനങ്ങളോട് പത്രത്തിന് പറയാനുള്ള കാര്യങ്ങളാണവ
- ആശയവിനിമയ ശേഷിയുള്ള ഒരു വ്യവഹാരരൂപമാണ്.

(എഡിറ്റോറിയലിന്റെ മാതൃക താഴെ കൊടുക്കുന്നു)

കാർഷികസമൃദ്ധിക്ക് കൈകോർക്കാം

ചിങ്ങം ഒന്ന് കർഷകദിനമായി ആചരിക്കുന്നത് കേരളത്തിന്റെ കാർഷിക സംസ്കാരത്തിൽ ആണ്ടുപിറപ്പിനുള്ള പ്രാധാന്യം കൂടി കണക്കിലെടുത്താണ്. സമ്പൽ സമൃദ്ധമായ കാർഷികവത്സരത്തിനായി പ്രവർത്തിക്കാൻ പ്രേരകമാകുമെന്ന പ്രതീക്ഷയും ആചരണത്തിനുപിന്നിലുണ്ട്. ഇത് കൃഷിയുടെ നാടാണെങ്കിലും ഇവിടുത്തെ കർഷകർ വിവിധ പ്രശ്നങ്ങളാൽ വലയാൻ തുടങ്ങിയിട്ട് ഏറേക്കാലമായി. സംസ്ഥാനം മൊത്തത്തിൽ നേടിയ പുരോഗതിയുടെ ഫലം കർഷക സമൂഹത്തിലേക്ക്, വിശേഷിച്ച് ചെറുകിടക്കാരിലേക്ക്, എത്തിയിട്ടില്ലെന്നതാണ് യാഥാർത്ഥ്യം. കാർഷികവൃത്തി ഉപേക്ഷിക്കാൻ പരമ്പരാഗത കർഷകരിൽ പലരും നിർബന്ധരാകുന്നു. പുതിയ തലമുറയെ ഈ രംഗത്തേക്ക് കാര്യമായി ആകർഷിക്കാൻ കഴിയുന്നുമില്ല. വിലത്തകർച്ച, ചെലവിലുണ്ടായ വൻവർദ്ധന, തൊഴിലാളി ക്ഷാമം, വിപണന സൗകര്യങ്ങളുടെ പരിമിധി തുടങ്ങിയവ കേരളത്തിലെ മിക്കകൃഷികളെയും ബാധിച്ചിട്ടുണ്ട്. കർഷക സമൂഹം വിചാരിച്ചാൽ തരണം ചെയ്യാവുന്നതല്ല ഇത്തരം പ്രശ്നങ്ങൾ. കാലാവസ്ഥയിലെ അപ്രതീക്ഷിത വ്യതിയാനങ്ങളും കാർഷിക മേഖലയ്ക്ക് ദോഷം ചെയ്യുന്നുണ്ട്.

ആവിശ്യത്തിനനുസരിച്ച് പല കാർഷികോത്പന്നങ്ങളും കിട്ടാത്തതിനാൽ അവയ്ക്കായി കേരളത്തിന് അന്യ സംസ്ഥാനങ്ങളെ ആശ്രയിക്കേണ്ടി വരുന്നു. നമ്മുടെ ഭക്ഷ്യാവിശ്യം കുറച്ചെങ്കിലും നിറവേറ്റുകയും പരിസ്ഥിതിയെ സംരക്ഷിക്കുകയും ചെയ്തിരുന്ന നെൽകൃഷി കാര്യമായി കുറഞ്ഞു. നല്ല വിളവുണ്ടാക്കിയാലും അതിന്റെ പലം പലപ്പോഴും കർഷകർക്ക് കിട്ടാറില്ല. കൊയ്ത്തിനുള്ള പ്രയാസങ്ങളും സംഭരണ സംവിധാനത്തിലെ പാളിച്ചകളുമാണ് പ്രധാന കാരണങ്ങൾ. അവ പരിഹരിക്കാനും നെൽകൃഷി പ്രോത്സാഹിപ്പിക്കാനുമായി പല പദ്ധതികളും സർക്കാർ ആവിഷ്ക്കരിച്ചിട്ടുണ്ട്. കൃഷിയുടെ എല്ലാ ഘട്ടങ്ങളിലും മതിയായ സഹായവും നെല്ലിന് ആദാ

യകരമായ വിലയും ഉറപ്പാക്കിയാലേ നെൽകൃഷി നില നിർത്താനാവൂ. തദ്ദേശ സ്വയംഭരണ സ്ഥാപനങ്ങളുടേയും സഹകരണസംഘങ്ങളുടേയും നേതൃത്വത്തിൽ നെൽകൃഷി നടത്താൻ പദ്ധതി ആവിഷ്ക്കരിച്ചിരുന്നു. അത് വ്യാപകമായി നടപ്പാക്കാവുന്നതാണ്. കേന്ദ്രം നൽക്കുന്ന അരി വിഹിതത്തിൽ നേരിയ കുറവുണ്ടായാൽപോലും വിഷമിക്കന്ന സംസ്ഥാനമാണ് കേരളം. അത് കണക്കിലെടുത്തുള്ള പ്രോത്സാഹനം ഈ മേഖലയിൽ ഉണ്ടാകണം. വില തകർച്ചയും സംഭരണത്തിലെ പ്രശ്നവും കേര കർഷകരെയും വലയ്ക്കുന്നു. പാമോയിൽ ഇറക്കുമതിയിലുണ്ടായ വർദ്ധന, വെളിച്ചെണ്ണ വില കുറയാൻ ഇടയാക്കിയിട്ടുണ്ട്. ഇവിടുത്തെ കേരകർഷകരിൽ ഭൂരിഭാഗവും ചെറുകിടകാരാണ്. അവരിൽ ആത്മവിശ്വാസം വളർത്താനും കൃഷിവിപുലമാക്കുന്നതിന് അവരെ പ്രേരിപ്പിക്കാനും ഉതകുന്ന പദ്ധതികളാണ് ഈ രംഗത്ത് ആവശ്യം.

പച്ചക്കറി കൃഷിയുടെ കാര്യത്തിലും ഉദ്ദേശിച്ച പുരോഗതി ഉണ്ടാക്കാൻ കേരളത്തിനായിട്ടില്ല. അയൽസംസ്ഥാനങ്ങളിൽ നിന്നുള്ള ചരക്കുവണ്ടികളുടെ വരവ് ഒരു ദിവസം മുടങ്ങിയാൽ തന്നെ ഇവിടെ പലയിടത്തും കടുത്ത പച്ചക്കറി ക്ഷാമം ഉണ്ടാക്കുന്നു. സാധ്യതകൾ പ്രയോജനപ്പെടുത്താത്തതാണ് ഈ രംഗത്ത് പ്രധാന പ്രശ്നം. അടുത്തകാലത്ത് ആവിഷ്ക്കരിച്ച ചില പദ്ധതികളെ തുടർന്ന് പലരും പച്ചക്കറികൃഷിയിൽ താത്പര്യം കാണിച്ച് തുടങ്ങിയിട്ടുണ്ട്. വൻതോതിൽ കൃഷി നടത്തിയവർക്ക്, വിപണന സൗകര്യത്തിലെ പോരായ്മകൾ പ്രശ്നമായെന്നാണ് റിപ്പോർട്ട്. ഇത് പരിഹരിക്കണം. പച്ചക്കറിയുടെ കാര്യത്തിൽ സ്വാശ്രയശീലം വളർത്താൻ ജനങ്ങളും അവർക്ക് സഹായവും നിർദ്ദേശങ്ങളും നൽകാൻ അധികൃതരും തയ്യാറായാൽ, കേരളത്തിന് പച്ചക്കറിക്കായ് അന്യസംസ്ഥാനങ്ങളെ ഇത്രയേറെ ആശ്രയിക്കേണ്ടി വരില്ല. ഉപജീവനത്തിന് കൃഷിയെ മാത്രം ആശ്രയിക്കുന്നവർ കുറഞ്ഞു വരുന്നു. ആ നിലയ്ക്ക്, ശാസ്ത്രീയ സംവിധാനങ്ങൾ സാഹചര്യങ്ങൾക്കനുസരിച്ച് ഔചിത്യപൂർവ്വം പ്രയോജനപ്പെടുത്തികൊണ്ടുള്ള പരിഷ്ക്കാരങ്ങൾ ഈ രംഗത്ത് അനിവാര്യമാണ്. കേരളത്തിന്റെ കാർഷിക സംസ്കൃതി കാലാനുസൃതമായ പരിഷ്ക്കാരങ്ങളോടെ വീണ്ടെടുക്കുന്നതിൽ സഹകരണപ്രസ്ഥാനത്തിനും കുടുംബശ്രീ പോലുള്ള കൂട്ടായ്മകൾക്കും വലിയ പങ്ക് വഹിക്കാനാവും. ഇത്തരം ശ്രമങ്ങൾക്ക് തുടക്കം കുറിച്ചാണ് കർഷകദിനാചരണം സാർത്ഥകമാക്കേണ്ടത്.

(കടപ്പാട് : മാതൃഭൂമിദിനപത്രം)

നല്ല ഉപന്യാസം എഴുതാം

ഏതെങ്കിലും ഒരു വിഷയത്തെ യുക്തിയുക്തമായി സമർത്ഥിച്ച് എഴുതുന്ന ഒരു സാഹിത്യവ്യവഹാരരൂപമാണ് ഉപന്യാസം. ഉപന്യാസം, ലേഖനം എന്നിവയെ നമുക്ക് സാമാന്യമായി ഒരേ ഗണത്തിൽ ഉൾപ്പെടുത്താം. പ്രബന്ധങ്ങളിൽ നിന്നും ഉപന്യാസം വേറിട്ടു നിൽക്കുന്നത് പ്രബന്ധം കുറേക്കൂടി അന്വേഷണാത്മകവും ആഴത്തിലുള്ളതുമാണ്. ഗവേഷണത്തിന്റെയും സെമിനാറുകളുടെയും ഭാഗമായാണ് പ്രബന്ധങ്ങൾ തയ്യാറാക്കുന്നത്. എന്നാൽ ഉപന്യാസം ഇത്രവലിയ പഠനത്തിന്റെ ആവശ്യമില്ലാതെ തന്നെ തയ്യാറാക്കാവുന്നതാണ്.

ഏതു വിഷയത്തെക്കുറിച്ചും ഉപന്യാസം തയ്യാറാക്കാം. കല, സംസ്ക്കാരം, രാഷ്ട്രീയം, മതം, സാമൂഹികപ്രശ്നങ്ങൾ എന്നിവയെല്ലാമായും ബന്ധപ്പെട്ട് ഉപന്യാസരചനയിൽ ഏർപ്പെടാം. ഏതു വിഷയമായാലും യുക്തിയുക്തമായ സമർത്ഥനമാണ് ആവശ്യം.

ഒരേ വിഷയം തന്നെ പലരും പലവിധത്തിലാണ് സമീപിക്കുക. ഒന്ന് മറ്റൊന്നിന്റെ നേർവിപരീതം തന്നെയാകാനും സാധ്യതയുണ്ട്. പെട്രോൾ ഡീസൽ വിലവർദ്ധനവിനെ സംബന്ധിച്ചതാണ് ഉപന്യാസവിഷയം എന്നു കരുതുക. എങ്ങനെയെല്ലാം സമീപിക്കാം എന്നു നോക്കാം.

- അന്താരാഷ്ട്ര വിപണിയിൽ ക്രൂഡോയിലിന്റെ വിലയിൽ വരുന്ന വ്യതിയാനത്തിനനുസരിച്ചാണ് വില വർദ്ധിക്കുന്നത്.
- വറ്റിക്കൊണ്ടിരിക്കുന്ന ഒരു പ്രകൃതി വിഭവം എന്ന നിലയിൽ ആവശ്യക്കാർ കൂടുകയും വിഭവം കുറയുകയും ചെയ്യുമ്പോഴുണ്ടാകുന്ന സ്വാഭാവികമാറ്റമാണിത്.

- പ്രകൃതിവിഭവങ്ങൾ നിയന്ത്രിച്ച് ഉപയോഗിക്കുന്നതിന് സർക്കാർ ചെയ്യുന്ന ഒരു നടപടി.
- കേന്ദ്രഗവർൺമെന്റ് പെട്രോളിയം കമ്പനികളെ സഹായിക്കുന്നതിനുവേണ്ടിയുള്ള മുതലാളിത്ത അനുകൂല നയം.
- ആഗോളീകരണത്തിന്റെ ഭാഗമായി സർക്കാർ ഇടപെടലുകൾ കുറക്കുന്നതിന്റെ ഫലമായി.

ഇങ്ങനെ ഒരേ വിഷയത്തെ പല കോണുകളിലൂടെ സമീപിക്കാം. അവ സമർത്ഥിക്കുന്നതിനുള്ള വാദമുഖങ്ങൾ അവതരിപ്പിക്കാം. നിങ്ങൾ ഏതു കാഴ്ചപ്പാടിലൂടെ വിഷയത്തെ നോക്കിക്കാണുന്നു എന്നതല്ല പ്രശ്നം. എഴുതുന്ന കാര്യങ്ങൾ യുക്തിയുക്തമായി സമർത്ഥിക്കാൻ കഴിയുന്നുണ്ടോ എന്നതാണ്. അതാണ് ഉപന്യാസത്തിന്റെ മേന്മ.

യുക്തിയുക്തമായ സമർത്ഥനം ഉപന്യാസത്തിന്റെ ഉള്ളടക്കവുമായി ബന്ധപ്പെട്ടതാണ്. അത് ഉപന്യാസത്തിന്റെ ഭാവതലമാണ്. ഒരു വ്യവഹാരരൂപം എന്ന നിലയിൽ സവിശേഷമായ ഒരു രൂപഘടനയും ഉപന്യാസത്തിനുണ്ട്. ആ രൂപഘടനയും ഭദ്രമാവുമ്പോൾ മാത്രമേ ഉപന്യാസം മേന്മയുള്ളതായിത്തീരുകയുള്ളൂ.

കേന്ദ്രാശയം, ഉപാശയം

ഏതൊരു വിഷയത്തിനും ഒരു കേന്ദ്രാശയം ഉണ്ടായിരിക്കും. ആ കേന്ദ്രാശയവുമായി ബന്ധപ്പെട്ട് നിരവധി ഉപാശയങ്ങളും ഉണ്ടായിരിക്കും.

ഇന്ധനവിലയും ഇന്ത്യൻ ജനതയുടെ ജീവിതവും എന്നതാണ് വിഷയം എന്നു കരുതുക. എന്തായിരിക്കും ഇതിന്റെ കേന്ദ്രാശയം? എന്തെല്ലാം ഉപആശയങ്ങളായി വരാം? നമുക്കു പരിശോധിക്കാം.

നാൾക്കുനാൾ ഇന്ധനച്ചെലവ് ഉയരുന്നത് ഇന്ത്യയിലെ സാധാരണ ജനങ്ങളുടെ ജീവിതച്ചെലവ് വർധിക്കുകയും ദുരന്തത്തിലേയ്ക്ക് വലിച്ചെറിയുകയും ചെയ്യും എന്നതാണ് ഇതിന്റെ കേന്ദ്രാശയം. വ്യക്തികളുടെ വീക്ഷണകോണിനനുസരിച്ച് ചില വ്യത്യാസങ്ങൾ ഉണ്ടായെന്നു വരാം. അങ്ങനെയാണെങ്കിൽ ഇതിലെ ഉപാശയങ്ങൾ എന്തെല്ലാമാണ്?

- കേന്ദ്രഗവർമെന്റുകളുടെ നയവ്യതിയാനം
- പെട്രോളിയം കമ്പനികൾക്കു നൽകുന്ന പൂർണ സ്വാതന്ത്ര്യം
- ഭരണാധികാരികളെ ഇത്തരം നയങ്ങൾക്ക് പ്രേരിപ്പിക്കുന്ന ആഗോള സാഹചര്യം.
- ഇന്ധനത്തിന്റെ ലഭ്യതയിൽ വരുന്ന കുറവ്

- ഇന്ധന വിലവർദ്ധനവിനെ ഇന്ത്യയിലെ പ്രതിപക്ഷങ്ങൾ എതിർക്കുന്നത്.
- സംസ്ഥാന ഗവർമെന്റുകൾ നികുതി ഇളവുകൾ നൽകി ജനങ്ങൾക്ക് ആശ്വാസം നൽകണം എന്ന കേന്ദ്രഗവർമെന്റിന്റെ വാദം.

ഇങ്ങനെ ഉപാശയങ്ങൾ ധാരാളമായി കണ്ടെത്താം. ഈ ഉപാശയങ്ങൾ വിഷയത്തെ സമഗ്രമായി സമീപിക്കുന്നതിന് പര്യാപ്തമാവുന്നവിധത്തിലായിരിക്കണം തയ്യാറാക്കേണ്ടത്.

ആദ്യഭാഗത്ത് കേന്ദ്രാശയവും തുടർന്ന് ഉപാശയങ്ങളും അവതരിപ്പിക്കുന്ന രീതിയാണ് ഉപന്യാസത്തിന്റെ രീതി. കേന്ദ്രാശയത്തെ സമർത്ഥിക്കുന്ന വിധത്തിലായിരിക്കണം ഉപാശയങ്ങളുടെ അവതരണം. ആശയസമർത്ഥനത്തിനിടയിൽ ആശയക്കുഴപ്പം വന്നുചേരാൻ പാടില്ല. വിഷയത്തിലേക്ക് പ്രവേശിക്കുന്ന ആമുഖവും വിഷയം അവതരിപ്പിച്ച് അവസാനിപ്പിക്കുന്ന ഉപസംഹാരവും വേണം. ആശയങ്ങളുടെ ക്രമീകരണം പ്രത്യേകം ശ്രദ്ധിക്കണം. പ്രാധാന്യത്തിനനുസരിച്ച് ആശയങ്ങളെ ക്രമീകരിച്ച് എഴുതാൻ കഴിയണം. ഖണ്ഡികകളാക്കി എഴുതണം. ഉള്ളടക്കവും രൂപവും സംബന്ധിച്ച് ശ്രദ്ധിക്കേണ്ട കാര്യങ്ങൾ ചുവടെ കൊടുക്കണം.

ഇത്രയും ശ്രദ്ധിച്ചാൽ ലക്ഷണമൊത്ത ഉപന്യാസം എഴുതാം.

ഉള്ളടക്കം	രൂപം
കേന്ദ്രാശയം	ശീർഷകം
ഉപാശയം	ആമുഖം
സമർത്ഥനം	ആശയക്രമീകരണം
	ഖണ്ഡികാകരണം
	ഉപസംഹാരം

•

പ്രഭാഷണം തയ്യാറാക്കാം

നമുക്ക് ഏറെ പരിചിതമായ ഒരു വ്യവഹാര രൂപമാണ് പ്രഭാഷണം. സ്വാതന്ത്ര്യദിനം, വായനാദിനം, ബഷീർദിനം, ഓണാഘോഷം എന്നിങ്ങനെയുള്ള സവിശേഷ ദിനങ്ങളിലെല്ലാം നാം പ്രഭാഷണങ്ങൾ കേൾക്കാറുണ്ട്. പ്രഭാഷണവും പ്രസംഗവും ഒന്നാണെന്നമട്ടിൽ പര്യായങ്ങളായി ഉപയോഗിക്കാറുണ്ടെങ്കിലും ഇവ രണ്ടും മൗലികമായി ഒന്നാണെന്നു പറയാമെന്നല്ലാതെ പ്രഭാഷണവും പ്രസംഗവും ഒന്നല്ല.

പ്രസംഗം	പ്രഭാഷണം
• വിഷയം മുൻകൂട്ടി ലഭിക്കണമെന്നില്ല.	• വിഷയം മുൻകൂട്ടി ലഭിച്ചിരിക്കണം.
• ആധികാരികഭാഷണമാവണം എന്ന് നിർബന്ധമില്ല.	• തീർത്തും ആധികാരിക ഭാഷണമായിരിക്കണം.
• പരപ്പ് കൂടുതൽ	• ഗഹനത കൂടുതൽ.
• പ്രസംഗം നിയന്ത്രിക്കാൻ അധ്യക്ഷന് അധികാരം.	• പ്രഭാഷണം നിയന്ത്രിക്കാൻ അധ്യക്ഷന് ഒട്ടും അധികാരമില്ല.

പ്രസംഗവും പ്രഭാഷണവും തമ്മിലുള്ള വ്യത്യാസങ്ങൾ സാന്ദർഭികമായി ഇവിടെ സൂചിപ്പിച്ചു എന്നുമാത്രം. ഈ രണ്ടു രൂപങ്ങളും എഴുതുന്ന സന്ദർഭത്തിൽ ഏകദേശം ഒരേരൂപത്തിൽ തന്നെ ആവാൻ ഇടയുണ്ട്. വിഷയം മുൻകൂട്ടിത്തരുന്നത്, അധ്യക്ഷന്റെ ഇടപെടലും മറ്റും എഴുത്തിൽ പ്രതിഫലിക്കാൻ നിർവാ

ഹമില്ലാത്ത സ്ഥിതിക്ക് വിദ്യാർത്ഥികൾക്ക് പ്രസംഗത്തിനും പ്രഭാഷണത്തിനും ഏകദേശം ഒരേ വിധത്തിലുള്ള എഴുത്തുരീതി സ്വീകരിക്കാം.

എഴുതുമ്പോൾ ശ്രദ്ധിക്കേണ്ട കാര്യങ്ങൾ

- വാചിക (സംസാരം) തലത്തിൽ നടക്കുന്ന ഒരു വ്യവഹാര രൂപത്തെ എഴുതുകയാണല്ലോ നാം ചെയ്യുന്നത്. അപ്പോൾ ചില കാര്യങ്ങൾ പ്രത്യേകം ശ്രദ്ധിക്കേണ്ടതുണ്ട്.
- ഒരു ഉപന്യാസരൂപത്തിൽ എഴുതി അഭിസംബോധന ചേർത്താൽ പ്രഭാഷണമാവില്ല.
- ഭാഷയുടെ പ്രകടനം വളരെ പ്രധാനപ്പെട്ടതാണ്.
- പ്രഭാഷണ ഭാഷയ്ക്ക് പ്രത്യേകതകൾ ഉണ്ട്.
- ഭാഷ സുഗമവും ലളിതവുമാവാൻ ശ്രദ്ധിക്കണം.
- ആശയ സമ്പത്തും ആശയക്രമീകരണവും പ്രധാനപ്പെട്ടതാണ്.
- തനിമയുള്ള നിരീക്ഷണങ്ങൾ അവതരിപ്പിക്കാൻ ശ്രമിക്കണം.
- മഹാൻമാരുടെ അഭിപ്രായങ്ങൾ ഉദ്ധരിക്കുന്നത് നല്ലതാണ്.
- പ്രഭാഷണത്തിന്റെ ആരംഭത്തിൽ വേദിയിലും സദസ്സിലും സന്നിഹിതരായ വ്യക്തികളെ അഭിസംബോധന ചെയ്യുകയും പ്രഭാഷണാവസാനത്തിൽ പ്രഭാഷണം അവസാനിപ്പിക്കുകയാണെന്ന സൂചന നൽകുന്ന വാചകങ്ങളും പദാവലികളും ഉപയോഗിക്കുകയും വേണം.

ഇത്രയും ശ്രദ്ധിച്ചാൽ മികച്ച പ്രഭാഷണം തയ്യാറാക്കാം.

ലഘുലേഖ തയ്യാറാക്കാൻ പഠിക്കാം

അടിയന്തരപ്രാധാന്യം അർഹിക്കുന്ന ഏതെങ്കിലും സാമൂഹ്യപ്രശ്നത്തെ സംബന്ധിച്ച് ജനകീയബോധവൽക്കരണത്തിന് ഉപയോഗിക്കുന്ന ഒരു ഉപാധിയാണ് ലഘുലേഖ.

ശുചിത്വബോധവൽക്കരണം

പരിസ്ഥിതിബോധവൽക്കരണം

പ്ലാസ്റ്റിക് മാലിന്യം

റോഡ് അവകാശങ്ങൾ

പകർച്ചവ്യാധി

ഇങ്ങനെ അടിയന്തര പ്രാധാന്യം അർഹിക്കുന്ന വിഷയങ്ങൾ നിരവധിയാണ്. ലഘുലേഖ ഉപന്യാസമോ, ലേഖനമോ അല്ല. സവിശേഷമായ രൂപവും ഉള്ളടക്കവുമായുള്ള ഒരു വ്യവഹാര രൂപമാണ്.

ലഘുലേഖയുടെ പൊതുസ്വഭാവം

- ആദ്യഭാഗത്ത് വിഷയവിവരണം ആയിരിക്കണം നടത്തേണ്ടത്
- അടുത്തഘട്ടത്തിൽ വിശകലനത്തിലേയ്ക്ക് കടക്കാം. സാമാന്യമായ വിശകലനം മതിയാകും.
- പ്രശ്നങ്ങൾ വിശകലനം ചെയ്തു കഴിഞ്ഞാൽ ചില നിഗമനങ്ങളിൽ എത്തിച്ചേരാൻ കഴിയും.
- നിഗമനങ്ങളിൽ എത്തിച്ചേർന്നാൽ ചില പരിഹാരങ്ങൾ നിർദ്ദേശിക്കണം.
- ബോധവൽക്കരണം സാധ്യമാവണം.

ലഘുലേഖയുടെ ഘടന വളരെ പ്രധാനപ്പെട്ടതാണ്. വിഷയാവതരണം, വിശകലനം, പരിഹാരം, ബോധവൽക്കരണം എന്നീ ഘട്ടങ്ങൾ ഒരു ഉപന്യാസ രൂപത്തിൽ എഴുതിവെയ്ക്കുകയല്ല വേണ്ടത്. വളരെ ആകർഷണീയമായ രീതിയിൽ ബോക്സുകൾ, ബുള്ളറ്റിനുകൾ എന്നിവയെല്ലാം ചേർത്ത് ഉചിതമായ ശീർഷകവും ലളിതമായ ഭാഷയിലും മെച്ചപ്പെട്ട ഒരു ലഘുലേഖ തയ്യാറാക്കാം.

(മാതൃക താഴെ കൊടുക്കുന്നു.)

പുറം – 1

പുറം – 2

മാലിന്യമുക്ത കേരളം
സ്കൂൾ ശുചിത്വ പരിപാടി

നമ്മൾ, കേരളീയർ, വിദ്യാഭ്യാസ–ആരോഗ്യ രംഗങ്ങളിൽ ഏറെ മുന്നിലാണ്. എന്നാൽ മാലിന്യജന്യ രോഗങ്ങളായ ചിക്കുൻഗുനിയ, ഡെങ്കു, എലിപ്പനി തുടങ്ങിയ രോഗങ്ങൾ വരുന്നകിനും പടരുന്നതിനുമുള്ള സാഹചര്യങ്ങൾ നമുക്കുചുറ്റും നിലനിൽക്കുകയാണ്. നമ്മുടെ വിദ്യാഭ്യാസമേന്മയ്ക്കും വൃത്തിക്കും നേരെ വിപരീതമാണ് ഈ സ്ഥിതി വിശേഷം. ഇതിന് പ്രധാന ഉത്തരവാദി അലക്ഷ്യമായിവലിച്ചെറിയുന്ന മാലിന്യവും, കെട്ടിക്കിടക്കുന്ന വെള്ളവും പരിസരത്തിന്റെ വൃത്തിയില്ലായ്മയുമാണ്. ആയതിനാൽ ഈച്ചയും കൊതുകും വളരുന്ന സഹപര്യം നാം ഇല്ലാതാക്കണം. ഇതിനായി സ്കൂൾ കോമ്പൗണ്ടിൽ വെള്ളം കെട്ടിനിൽക്കുന്നില്ല. എന്ന് ഉറപ്പുവരുത്തി എല്ലാ തിങ്കളാഴ്ചയും നാം ഡ്രൈഡേ ആചരിയ്ക്കണം. ക്ലാസ്സുകളിലോ സ്കൂൾ പരിസരത്തോ യാതൊരു വിധ മാലിന്യങ്ങളും വലിച്ചെറിയാതെ ശുചിത്വത്തോടെ നാം സൂക്ഷിക്കണം. ക്ലാസ് റൂം ശുചിത്വം, സ്കൂൾ പരിസരത്തിന്റെ വൃത്തി, ഉച്ചഭക്ഷണത്തിന്റെ അവശിഷ്ടം കുറയ്ക്കൽ, ഭക്ഷണം കഴിക്കുന്ന സ്ഥലത്തിന്റെ വൃത്തി, മാലിന്യങ്ങൾ സംസ്കരിക്കുന്ന സംവിധാനം സ്ഥാപിക്കൽ, മലിനജലം ഒഴുക്കികളയുന്നതിനുള്ള സോക്കേജ് പിറ്റുകൾ, കുടിവെള്ളത്തിന്റെ ഗുണനിലവാരം ഉറപ്പുവരുത്തൽ, മഴവെള്ളം സംഭരണം, പ്ലാസ്റ്റിക് മാലിന്യം ഒഴിവാക്കുന്നതിനുള്ള പരിശ്രമം, സ്കൂൾ മൂത്രപ്പുരയും കക്കൂസും വൃത്തിയായി സൂക്ഷിക്കൽ, പച്ചക്കറി/ഔഷധത്തോട്ടത്തിന്റെ നിർമ്മാണം, കളിസ്ഥലത്തിന്റെ ഭംഗി എന്നീ ലക്ഷ്യങ്ങളിലേയ്ക്ക് നമുക്ക് പടിപടിയായി എത്തണം. ഇത് നമ്മുടെ പഠനപ്രവർത്തനമായി ഏറ്റെടുക്കണം. ഇതിനാകെ നേതൃത്വം കൊടുക്കുന്നതിന് സ്കൂൾതല ഹെൽത്ത് ആൻഡ് സാനിട്ടേഷൻ ക്ലബ്ബ് രൂപീകരിച്ച് നമുക്ക് പ്രവർത്തനം കൂടുതൽ കാര്യക്ഷമമാക്കണം. സ്കൂളുകളിൽ നാം നടപ്പിലാക്കുന്ന ഈ കർമ്മ പരിപാടി സ്വന്തം വീടുകളിലേക്കും എത്തിക്കാം.

നമ്മുടെ അവകാശം ശുചിത്വം • ശുചിത്വം നമ്മുടെ കടമ

ഈച്ചയും കൊതുകും ഇല്ലാത്ത സ്കൂൾ ക്യാമ്പസ് എന്ന ലക്ഷ്യം നേടുന്നതിനായി താഴെ പറയുന്ന പ്രവർത്തനങ്ങൾ നാം ഏറ്റെടുക്കണം.

- സ്കൂൾ കോമ്പൗണ്ടിൽ വെള്ളം കെട്ടിക്കിടക്കാൻ അനുവദിക്കരുത്.
- കുഴികൾ നികത്തി, ഓടകൾ വൃത്തിയാക്കി ജലം വാർന്നു പോകുന്ന സ്ഥിതി ഉണ്ടാക്കുക.
- വെള്ളം കെട്ടിനിൽക്കാൻ സാധ്യതയുള്ള പ്ലാസ്റ്റിക് കപ്പുകൾ, കവറുകൾ, ചിരട്ടകൾ, കുപ്പികൾ, ടയറുകൾ തുടങ്ങിയവ ശേഖരിച്ച് വേർതിരിച്ച് വിപണനം നടത്തുക.
- ബാക്കിയുള്ളത് മണ്ണും ഈർപ്പവും ഇല്ലാതെ പഞ്ചായത്ത് /നഗരസഭയ്ക്ക് നൽകുക.
- സ്കൂൾ പരിസരത്തുള്ള പുല്ലും കുറ്റിക്കാടുകളും മാറ്റി വൃത്തിയാക്കുക.
- ക്ലാസ്സ്റൂമുകളും, സ്കൂൾ പരിസരവും വൃത്തിയായി സൂക്ഷിക്കുക.
- പാചകപ്പുര വൃത്തിയാക്കുക. ഭക്ഷണ അവശിഷ്ടങ്ങൾ സംസ്കരിക്കുക.

നമ്മുടെ അവകാശം ശുചിതം • ശുചിത്വം നമ്മുടെ കടമ

പുറം – 4

- ഭക്ഷണം കഴിക്കുന്ന സ്ഥലം വൃത്തിയാക്കി സൂക്ഷിക്കുക. ജനലിൽ കൂടി ഭക്ഷണാവശിഷ്ടം വലിച്ചെറിയാതിരിക്കുക.
- കിണറിന്റെ പരിസരം വൃത്തിയായി സൂക്ഷിക്കുക.
- ബ്ലീച്ചിംഗ് പൗഡർ ലായിനി ഒഴിച്ച് കിണർജലം ശുദ്ധമാക്കുക.
- ജലസംഭരണ ടാങ്കുകൾ കാലാകാലങ്ങളിൽ വൃത്തിയാക്കുക.
- ജൈവ അജൈവമാലിന്യങ്ങൾ വേർതിരിക്കുക.
- ജൈവമാലിന്യങ്ങൾ, സാധാരണ കമ്പോസ്റ്റിംഗ്, മണ്ണിര കമ്പോസ്റ്റിംഗ് രീതിയിൽ വളമാക്കുക.
- മൂത്രപ്പുരയും ടോയ്‌ലറ്റുകളും വൃത്തിയായി സൂക്ഷിക്കുക.
- മലിനജലം ഒഴുക്കിവിട്ട് സംസ്കരിക്കുന്നതിനുള്ള സോക്കേജ്പിറ്റുകൾ സ്ഥാപിക്കുക.
- സ്കൂൾ ക്യാമ്പസിലേയ്ക്ക് പ്ലാസ്റ്റിക് കവറുകൾ, കപ്പുകൾ മുതലായവ പ്ലാസ്റ്റിക് മാലിന്യങ്ങൾ കൊണ്ടുവരാതിരിക്കുക.
- ക്രമേണ സ്കൂൾ ക്യാമ്പസ് പ്ലാസ്റ്റിക് വിമുക്തമാക്കുക.
- സ്കൂൾ ഹെൽത്ത് ആൻഡ് സാനിട്ടേഷൻ ക്ലബ്ബ് രൂപികരിച്ച് പ്രവർത്തിപ്പിക്കുക.
- സ്കൂൾ ശുചിത്വ പരിപാടിയുടെ നേതൃത്വപരമായ പങ്ക് സ്കൂൾ കൗൺസിൽ ഏറ്റെടുക്കുന്നു എന്ന് ഉറപ്പാക്കുക.

നമ്മുടെ അവകാശം ശുചിത്വം • ശുചിത്വം നമ്മുടെ കടമ

താരതമ്യക്കുറിപ്പ് എഴുതാം

ഏതെങ്കിലും രണ്ടു സന്ദർഭങ്ങളാണ് താരതമ്യത്തിനു തരിക. രണ്ടു കവിതാഭാഗങ്ങൾ ആവാം, ഒരു കവിതാഭാഗവും മറ്റൊരു കഥാ സന്ദർഭവുമാകാം, രണ്ടു കഥാസന്ദർഭമാവാം, ഏതെങ്കിലും രണ്ട് ഗദ്യഭാഗങ്ങൾ ആവാം. ഇങ്ങനെ പലതരത്തിലും താരതമ്യക്കുറിപ്പ് തയ്യാറാക്കാൻ ചോദിക്കും.

പൊതുവെ ലളിതമായ ഒരു വ്യവഹാരരൂപമാണിത്. ലഭിച്ചിരിക്കുന്ന സാഹിത്യഭാഗങ്ങളുടെ സമാനതകളും വ്യത്യസ്ത ഭാഗങ്ങളുടെ സമാനതകളും വ്യത്യാസങ്ങളും കണ്ടെത്തി എഴുതുകയേ വേണ്ടൂ. ആശയപരവും രൂപപരവുമായ താരതമ്യപ്പെടുത്തലുകൾ വേണം.

എഴുതുന്നതിനു മുമ്പ് എന്തെല്ലാം ചെയ്യണം?

- താരതമ്യത്തിന് തന്നിരിക്കുന്ന ഭാഗങ്ങൾ ശ്രദ്ധാപൂർവ്വം വായിക്കണം.
- തന്നിരിക്കുന്ന ഭാഗങ്ങളുടെ ആശയങ്ങൾ എന്തെന്ന് മനസ്സിലാക്കണം
- രൂപപരവും ഉള്ളടക്കപരവുമായി ഇവയുടെ സവിശേഷതകളെന്തെന്ന് കണ്ടെത്തണം.

ഇനി എഴുത്തു തുടങ്ങാം. കണ്ടെത്തിയ കാര്യങ്ങൾ ചിട്ടയായി എഴുതിവെയ്ക്കണം.

എങ്ങനെ എഴുതണം?

രണ്ടു ഭാഗങ്ങളുടെയും ഉള്ളടക്കപരവും രൂപപരവുമായ പ്രത്യേകതകൾ കണ്ടെത്തിക്കഴിഞ്ഞാൽ എഴുത്തു തുടങ്ങാം.

ആദ്യമായി ആരുടെയെല്ലാം സാഹിത്യ ഭാഗങ്ങളാണ് താരതമ്യത്തിന് തന്നിരിക്കുന്നത് എന്ന് സൂചിപ്പിക്കണം. എന്നിട്ട് മൂന്നു

ചെറുഖണ്ഡികകളാക്കി എഴുതാം. ഒന്നാമത്തെ ഖണ്ഡികയിൽ ആദ്യഭാഗത്തിന്റെ ആശയവും പ്രത്യേകതകളും രണ്ടാമത്തെ ഖണ്ഡികയിൽ രണ്ടാമത്തെ ഭാഗത്തിന്റെ ആശയവും പ്രത്യേക തകളും. മൂന്നാമത്തെ ഭാഗമാണ് വളരെ പ്രധാനപ്പെട്ട താരതമ്യ ഭാഗം. ഇവിടെയാണ് ഇവ തമ്മിലുള്ള സമാനതകളും വ്യത്യാസ ങ്ങളും അവതരിപ്പിക്കേണ്ടത്. ഉള്ളടക്കപരവുമായും രൂപപരവുമായും തന്നിരിക്കുന്ന ഭാഗങ്ങൾ തമ്മിൽ എന്തെല്ലാം സമാനതകൾ ഉണ്ട്? ഏത് ആശയങ്ങളെയാണ് ഇവ പൊതുവാ യി പങ്കുവെയ്ക്കുന്നത്? ഇതിന്റെ പ്രസക്തി എന്താണ്? എന്നെ ല്ലാം അവതരിപ്പിക്കുന്നത് ഈ മൂന്നാമത്തെ ഖണ്ഡികയിലാണ്.

- കൃതികൾ/ കർത്താക്കൾ
- ഒന്നാം ഭാഗത്തിന്റെ പ്രത്യേകതകൾ (ആശയം, രൂപം)
- രണ്ടാം ഭാഗത്തിന്റെ പ്രത്യേകതകൾ (ആശയം, രൂപം)
- താരതമ്യം

●

ചർച്ചാക്കുറിപ്പ് എങ്ങനെ തയ്യാറാക്കാം?

ക്ലാസ്റൂമിൽ നടക്കുന്ന പാനൽ ചർച്ചകളിലും മറ്റ് സെമിനാർ ചർച്ചകളിലും പങ്കെടുക്കുന്നതിനു വേണ്ടിയാണ് വിദ്യാർത്ഥികൾ ചർച്ചാകുറിപ്പുകൾ തയ്യാറാക്കേണ്ടി വരുന്നത്. പരീക്ഷയ്ക്ക് വരുന്ന ഒരു ഭാഷാവ്യവഹാര രൂപം എന്ന നിലയിലാണ് ക്ലാസ്റൂം പഠനപ്രവർത്തനങ്ങൾ സജ്ജീകരിച്ചിരിക്കുക. ആ അർത്ഥത്തിൽ ചർച്ചാകുറിപ്പ് തയ്യാറാക്കാൻ വിദ്യാർത്ഥികൾ പരിശീലിക്കേണ്ടതുണ്ട്.

എന്താണ് ചർച്ച?

ചർച്ച എന്താണെന്ന് അറിഞ്ഞെങ്കിൽ മാത്രമേ ചർച്ചാകുറിപ്പ് എങ്ങനെയാണ് തയ്യാറാക്കുക എന്ന് മനസ്സിലാകുക. ഒരു വിഷയാവതരണത്തിനു ശേഷം അതേ വിഷയത്തെ സംബന്ധിച്ച് വ്യത്യസ്ത വീക്ഷണങ്ങൾ ഓരോരുത്തരും അവതരിപ്പിക്കുന്നതാണ് ചർച്ച. ഓരോ വ്യക്തികളുടേയും മൗലികമായ അഭിപ്രായപ്രകടനമാണത്.

ചർച്ചയിൽ പങ്കെടുത്തുകൊണ്ട് ഓരോരുത്തരും തങ്ങളുടെ വാദങ്ങൾ ശക്തമായി അവതരിപ്പിക്കാൻ ശ്രമിക്കും.

ഉദാഹരണം : സ്ത്രീപദവിയും കേരളീയ സമൂഹവും എന്നതാണ് വിഷയം എന്നു കരുതുക. വ്യത്യസ്തവും വിഭിന്നവുമായ അഭിപ്രായ പ്രകടനങ്ങൾ ഇതേ കുറിച്ച് ഉണ്ടാവാൻ ഇടയുണ്ട്.

- സ്ത്രീപദവി ഇന്നും പുരുഷനു സമമല്ല.
- സ്ത്രീകൾക്ക് ഇന്ന് അമിത സ്വാതന്ത്ര്യം ഉണ്ട്.
- പുരുഷന്മാരുടെ മനോഭാവമാണ് പ്രധാനം.
- പൊതു സമൂഹത്തിന്റെ മനോഭാവമാണ് മാറേണ്ടത്

ഇങ്ങനെ വളരെ വിചിത്രമായ അഭിപ്രായ പ്രകടനങ്ങൾ നടക്കും. സമർത്ഥമായി വാദങ്ങൾ അവതരിപ്പിക്കുന്നവർക്കായിരിക്കും ചർച്ചയിൽ മേൽ കൈ ലഭിക്കുക. അതിനാവശ്യമായ വിധത്തിലാണ് കുറിപ്പ് തയ്യാറാക്കേണ്ടത്.

എഴുതേണ്ടത് എങ്ങനെ?

ചർച്ചാകുറിപ്പുകൾ എഴുതേണ്ടത് എങ്ങനെയാണ് എന്ന് വിദ്യാർത്ഥികൾക്ക് സംശയമുണ്ടാവുക സ്വാഭാവികമാണ്. ക്ലാസിൽ വാദമുഖങ്ങൾ അവതരിപ്പിക്കാൻ സമർത്ഥരാണെങ്കിലും കടലാസിൽ എഴുതിവെയ്ക്കാൻ അത്ര മിടുക്ക് കാണണമെന്നില്ല.

ചർച്ചാകുറിപ്പ് എഴുതുമ്പോൾ ശ്രദ്ധിക്കേണ്ട പ്രധാനകാര്യം താൻ സമർത്ഥിക്കാൻ പോകുന്ന വാദങ്ങളെ ശക്തമായി അവതരിപ്പിക്കണം എന്നതു തന്നെയാണ്. പരസ്പര വിരുദ്ധമായിത്തീരുന്ന ആശയങ്ങളോ ഉദാഹരണങ്ങളോ സ്വീകരിക്കരുത്. തെളിവുകളും ഉദാഹരണങ്ങളും അവതരിപ്പിക്കുന്നത് നല്ലതാണ്. കുറിപ്പിന്റെ രൂപത്തിലോ മറ്റ് ബുള്ളറ്റിനുകൾ (*** ഇത്തരം അടയാളങ്ങൾ) ഉപയോഗിച്ചോ ക്രമപ്പെടുത്തിയും എഴുതാവുന്നതാണ്.

•

എന്താണ് ബ്രോഷർ?

ഒരു പരസ്യവിഭാഗമാണ് ബ്രോഷർ. പരസ്യത്തിൽ ഒരു ഉൽപ്പന്നത്തെ സംബന്ധിച്ച കൂടതൽ കാര്യങ്ങൾ പറയാൻ നിർവ്വാഹമില്ല. എന്നാൽ ബ്രോഷറിൽ ഉൽപ്പന്നത്തെ സബന്ധിച്ച മുഴുവൻ കാര്യങ്ങളും ഉൾപ്പെടുത്താൻ പറ്റും.

ഉപഭോക്താവിന് ഒരു ഉൽപ്പന്നത്തെ സംബന്ധിച്ച സമ്പൂർണമായ വിവരങ്ങൾ നൽകുന്നതാണ് ബ്രോഷർ. അത് ആധികാരികമായിരിക്കണം. പരസ്യത്തെപോലെ അതിശയോക്തി കലർത്തുവാൻ പാടില്ല. വസ്തുനിഷ്ഠമായിരിക്കണം. ഉൽപ്പന്നം കാണാതെ തന്നെ അതിനെകുറിച്ചുള്ള സാമാന്യധാരണ ഒരു ഉപഭോക്താവിന് ബ്രോഷർ വഴി ലഭിക്കണം.

ബ്രോഷറിനുണ്ടാവേണ്ട പ്രത്യേകതകൾ

- വശീകരണക്ഷമമായ വാക്യങ്ങൾ ഉപയോഗിക്കണം
- ഉൽപ്പന്നത്തിന്റെ യഥാർത്ഥചിത്രം നൽകിയിരിക്കണം.
- (വിദ്യാർത്ഥികൾ പരീക്ഷ ആവശ്യങ്ങൾക്കു വേണ്ടി ചിത്രം നൽകേണ്ടതില്ല)
- ലേ-ഔട്ട് പ്രധാനമാണ്
- ആവശ്യക്കാരന്റെ ബുദ്ധിയേയും മനസ്സിനേയും ഉണർത്തണം
- ആകർഷകമാവണം
- വസ്തുനിഷ്ഠമാവണം.

കാറ്റ്ലോഗ് തയ്യാറാക്കാം

ഒരു ഉൽപന്നത്തെ സംബന്ധിച്ചോ, പദ്ധതിയേ സംബന്ധിച്ചോ ഉള്ള വർഗീകൃതമായ പട്ടികയോ പ്രവർത്തന ഉപയോഗക്രമങ്ങളോ ആണ് കാറ്റ്ലോഗ്. കാറ്റ്ലോഗ് ഒരു വ്യവഹാര രൂപമാണോ എന്ന സംശയങ്ങൾ ചിലപ്പോൾ പലരും പ്രകടിപ്പിക്കാറുണ്ട്. എന്നാൽ ഭാഷയുടെ ആശയവിനിമയമായും അതിന്റെ ആവശ്യവുമായുള്ള പ്രത്യേകതരത്തിലുള്ള ഭാഷാ പ്രയോഗരീതികൾ കാറ്റ്ലോഗിലും ആവശ്യമാണ് എന്നതിനാൽ ഇത് ഒരു വ്യവഹാരരൂപം തന്നെയാണെന്ന് ഉറപ്പിക്കാം.

കാറ്റ്ലോഗ് എന്ന് പറയുമ്പോൾ സാധാരണയായി നമ്മുടെ മനസ്സിലേയ്ക്കു കടന്നുവരിക പുസ്തകങ്ങളുടെ കാറ്റ്ലോഗാണ്. എല്ലാ പ്രസാധകരും അവരുടെ കാറ്റ്ലോഗുകൾ പ്രസിദ്ധീകരിക്കാറുണ്ട്. അവർ തങ്ങൾ പുറത്തിറക്കുന്ന പുസ്തകങ്ങളടെ പട്ടികയാണ് നൽകാറുള്ളത്. ഓരോ പ്രസാധക സംഘവും ധാരളം പുസ്തകങ്ങൾ പ്രസിദ്ധീകരിക്കും. നോവൽ, കഥ, കവിത, പൊതുവിജ്ഞാനം എന്നിങ്ങനെ പലമേഖലയിലുൾപെട്ട പുസ്തകങ്ങളുണ്ടാവും. അക്കൂട്ടത്തിൽ പുസ്തകങ്ങൾ തിരഞ്ഞെടക്കുന്ന ഒരാളെ സംബന്ധിച്ച് വളരെ എളുപ്പത്തിൽ തനിക്ക് താല്പര്യമള്ള മേഖല കണ്ടെത്തി പുസ്തകം തിരഞ്ഞെടുക്കാനുള്ള സൗകര്യമാണ് കാറ്റ്ലോഗുവഴി അയാൾക്ക് ലഭിക്കേണ്ടത്.

ഓരോ വിഭാഗങ്ങളെയും വേറെവേറെ തിരിച്ച് അതിലുൾപ്പെട്ട പുസ്തകങ്ങളുടെ രേഖകൾ ആണ്പുസ്തകകാറ്റ്ലോഗിൽ കാണുക.

ഇത്തരത്തിൽ പലകമ്പനികൾക്കും കാറ്റ്ലോഗുകൾ ഉണ്ടാകും. മരുന്നുകമ്പനികൾ, പെയിന്റ് കമ്പനികൾ, യന്ത്രോപകരണങ്ങൾ, ഇലക്ട്രോണിക് ഉപകരണങ്ങൾ മുതലായവയ്ക്കെല്ലാം കാറ്റ്ലോഗുകൾ ഉണ്ടായിരിക്കും.

കാറ്റ്ലോഗിന്റെ പ്രത്യേകതകൾ

- *ഉൽപ്പന്നത്തിന്റെ യഥാർത്ഥചിത്രം (വിദ്യാർത്ഥികൾ തയ്യാറാക്കുമ്പോൾ ചിത്രം ആവശ്യമില്ല)*
- *ലഘുവിവരണം. വാസ്തവം മാത്രം*
- *ആശയോൽപ്പാദനത്തിലും ആശയവിനിമയത്തിലും കൃത്യതയും സൂക്ഷ്മതയും.*
- ആധികാരികത
- *വർഗീകരിച്ചിരിക്കണം (പൊതുസ്വഭാവമനുസരിച്ച് വേറെ വേറെ വിഭാഗങ്ങളായി തിരിക്കൽ)*

(ഒരു പുസ്തക കാറ്റ്ലോഗിന്റെ മാതൃക താഴെ കാണാം.)

പുസ്തക കാറ്റ്ലോഗ്

(ഇൻസൈറ്റ് പബ്ലിക്കയുടെ പുസ്തക കാറ്റ്ലോഗിൽ നിന്ന്)

പുസ്തകം	ഗ്രന്ഥകർത്താവ്	വില
നോവൽ		
ജ്ഞാനയോഗം	മനോജ്	130
ദൈവത്തിന്റെ കണ്ണീർ	ഡോ. രാധാകൃഷ്ണൻ വേലായുധൻ	80
പട്ടേൽ നഗറിൽ നിന്നുവന്ന കാറ്റ്	ജീവൻ	80
യു.കെ. കുമാരന്റെ നോവല്ലകൾ	യു.കെ. കുമാരൻ	110
അഭയശില	പി. രഘുനാഥ്	50
മൺകോലങ്ങൾ	രാഘവൻ അത്തോളി	140
കഥകൾ		
പുഴു കവിത ശിശിരം	യു.എ. ഖാദർ	70
ഈ വായനശാല	വി.എസ്.അനിൽ കുമാർ	80
ചെറിയ കാര്യങ്ങളുടെ ജീവിതം	ടി.പി. അനസ്	50
മരിച്ചവരുടെ വഴി	ശ്രീകുമാർ	50
കവിതകൾ		
ഐസ്ക്യൂബുകൾ	ഡോണമയൂര	60
ഉച്ചമഴയിൽ	ബിജു കാഞ്ഞങ്ങാട്	60
ഒന്നാം ക്ലാസുകാരന്റെ പ്രാർത്ഥനാ പുസ്തകം	നകുൽ വി.ജി	60
ഹൃദയാംബരത്തി	ഹേമാംബിക	50
ബാലസാഹിത്യം		
കൂണിന്റെ അടിയിൽ	വി. സുത്യേവ്	50
സൂത്രവടി	വി. സുത്യേവ്	50

നല്ല പുറന്താൾ കുറിപ്പ്

പുറന്താൾ എന്നതിന് പുറത്തെതാൾ എന്നാണ് അർത്ഥം. ഒരു പുസ്തകത്തിന്റെ പുറത്തെതാളിൽ കാണുന്ന ലഘുകുറിപ്പിനെയാണ് പുറന്താൾ കുറിപ്പ് എന്ന് പറയുന്നത്.

ഒരു പുസ്തകത്തിന് കവർ (Cover) ഉണ്ടായിരിക്കുമല്ലോ? കവർ മുന്നിലും പിന്നിലും കാണും. മുന്നിലെ കവറിലും പിന്നിലെ കവറിലും പുസ്തകം സംബന്ധിച്ച വിവരങ്ങൾ കാണാം. എന്തെല്ലാമാണെന്ന് നിങ്ങൾ ശ്രദ്ധിച്ചിട്ടുണ്ടോ?

മുൻകവറിൽ കാണുന്ന കാര്യങ്ങൾ

- പുസ്തകത്തിന്റെ പേര്
- ഗ്രന്ഥകർത്താവിന്റെ പേര്
- പ്രസിദ്ധീകരിച്ച സ്ഥാപനത്തിന്റെ പേര്

പിൻകവറിൽ കാണുന്ന കാര്യങ്ങൾ

- പുസ്തകത്തിന്റെ പേര്
- ഗ്രന്ഥകർത്താവിന്റെ പേര്
- ഗ്രന്ഥകർത്താവിന്റെ ചിത്രം
- ഗ്രന്ഥത്തെക്കുറിച്ചുള്ള ലഘുവിവരങ്ങൾ
- ഗ്രന്ഥം ഏതു വിഭാഗത്തിൽപെടും
- ഗ്രന്ഥത്തിന്റെ വില
- പ്രസിദ്ധീകരിച്ച സ്ഥാപനത്തിന്റെ പേര്

എങ്ങനെ എഴുതണം?

പുറന്താൾ കുറിപ്പെന്ന പേരിൽ അറിയപ്പെടുന്നത് പുസ്തകത്തിന്റെ പിൻകവറിലെ കാര്യങ്ങൾ ആണ്. അതിൽ ഏറ്റവും പ്രധാനപ്പെട്ടത് പുസ്തകത്തിനെ സംബന്ധിച്ച ലഘുവിവരങ്ങളാണ്.?

എന്തെല്ലാമാണ് പുറന്താളിൽ കാണുന്ന ലഘുവിവരണത്തിന്റെ പ്രത്യേകത?

പുസ്തകശാലയിൽ പോയി പുസ്തകം വാങ്ങുന്ന ഒരാൾ ആദ്യമായി ചെയ്യുന്നത് പുസ്തകത്തിലെ പുറന്താൾ വായിച്ചുനോക്കുകയായിരിക്കും. പുസ്തകം പൂർണമായും വായിച്ച് നല്ലതാണോ എന്ന് പരിശോധിക്കാനുള്ള സമയം ഉണ്ടാക്കാറില്ല. ആയതിനാൽ പുസ്തകത്തെ സംബന്ധിച്ച ലഘുകുറിപ്പ് വായിച്ചുനോക്കിയാണ് ഉപഭോക്താവ് പുസ്തകത്തെ സംബന്ധിച്ച അറിവ് നേടുന്നത്. അങ്ങനെവരുമ്പോൾ ലഘുകുറിപ്പിന് വലിയ പ്രാധാന്യം ഉണ്ട്.

ലഘുകുറിപ്പിന് ഉണ്ടായിരിക്കേണ്ട പ്രത്യേകതകൾ

- *പുസ്തകത്തെ സംബന്ധിച്ച വിവരം ലളിതവും എന്നാൽ സമഗ്രവുമായി പ്രസ്താവിച്ചിരിക്കണം*
- *കൂടുതൽ വിവരങ്ങൾ പാടില്ല*
- *പുസ്തകത്തെ സംബന്ധിച്ച ആകാംക്ഷജനിപ്പിക്കുന്നതാവണം കുറിപ്പ്. എന്നുവെച്ചാൽ കുറിപ്പ് വായിച്ചാൽ ഒരാൾക്ക് ഈ പുസ്തകം വാങ്ങണം എന്ന് തോന്നണം.*
- *പുസ്തകത്തിന്റെ പ്രത്യേകതകൾ ഇവിടെ പരാമർശിക്കണം*

പുറന്താൾ കുറിപ്പിൽ ഉണ്ടാവേണ്ട മറ്റു പ്രധാനകാര്യങ്ങൾ

ഒരു പുറന്താൾ കുറിപ്പിൽ ഉണ്ടാവേണ്ട പ്രധാനകാര്യം മുകളിൽ സൂചിപ്പിച്ച കുറിപ്പാണെന്ന് പറഞ്ഞല്ലോ? എന്നാൽ അതുമാത്രമായാൽ പുറന്താൾ കുറിപ്പാവില്ല. ഗ്രന്ഥത്തിന്റെ പേര്, കർത്താവിന്റെ പേര്, വില, പ്രസാധകരുടെ പേര്, ഗ്രന്ഥംഏതു വിഭാഗത്തിൽപ്പെടുന്നു എന്നെല്ലാമുള്ള അറിവ് പുസ്തകത്തെ ആദ്യമായി പരിചയപ്പെടുന്നവർക്ക് ലഭ്യമാകുന്ന വിധത്തിലാണ് പുറന്താൾ തയ്യാറാക്കേണ്ടത്. അത് ഭംഗിയായി Layout ചെയ്ത് (ക്രമീകരിച്ച്) എഴുതിവെച്ചാൽ നല്ലൊരു പുറന്താൾ കുറിപ്പായി.

തിരക്കഥ എഴുതാം

തിരക്കഥ എന്നാൽ തിരശീലയ്ക്കു വേണ്ടി എഴുതുന്ന കഥ എന്നാണർത്ഥം. കഥകളിയുടെ സാഹിത്യരൂപം ആട്ടക്കഥ എന്നതുപോലെ സിനിമയുടെ സാഹിത്യരൂപമാണ് തിരക്കഥ. കാണാനുള്ള സാഹിത്യം എന്ന് ഇതിനെ വിശേഷിപ്പിക്കാറുണ്ട്.

വിഷ്വൽ മീഡിയ പ്രചാരത്തിലായതോടെയാണ് തിരക്കഥ പഠനം സജീവമായത്. വിദ്യാലയങ്ങൾ സിനിമകൾ എടുക്കുകയും പ്രചരിപ്പിക്കുകയും ചെയ്യുന്നു. ഇത്തരമൊരു സന്ദർഭത്തിൽ തിരക്കഥാ പരിചയം വളരെ പ്രധാനപ്പെട്ടതായിത്തീർന്നിരിക്കുകയാണ്.

ധാരാളം സാങ്കേതിക പദാവലികളും സങ്കീർണതകളും തിരക്കഥയ്ക്ക് ഉണ്ടെങ്കിലും വളരെ ലളിതമായി വിദ്യാർത്ഥികൾക്ക് ആവശ്യമായ വിധത്തിൽ ഇവിടെ പരിചയപ്പെടുത്തുക മാത്രമേ ചെയ്യുന്നുള്ളൂ.

ആദ്യം ചെയ്യേണ്ടത്

തിരക്കഥ രചിക്കേണ്ട കഥയെ ആദ്യം മനസിൽ ചിത്രങ്ങളായി കാണുക.

ഉദാഹരണം :- ''അന്നൊരു തണുപ്പുള്ള രാത്രിയായിരുന്നു'' എന്നു തുടങ്ങുന്ന ഒരു കഥയാണ് എന്നു കരുതുക. അന്നൊരു തണുപ്പുള്ള രാത്രിയായിരുന്നു എന്ന് സ്ക്രീനിൽ എഴുതി കാണിക്കുകയല്ലല്ലോ ചെയ്യുക. ഒരു തണുപ്പുള്ള രാത്രിയെ ആദ്യം കാണിക്കുകയാണ് വേണ്ടത്. അപ്പോൾ സ്ക്രീനിൽ തണുപ്പുള്ള രാത്രിയാണ്. ഈ രംഗം എപ്പോൾ എവിടെ നടക്കുന്നു എന്നുകൂടി സിനിമാ സംവിധായകന് മനസ്സിലാവണം. അതിനായ് ഈ രംഗം എവിടെ, എപ്പോൾ നടക്കുന്നു എന്നു കൂടി എഴുതണം.

ഇത്രയുമായാൽ ഒരു തിരക്കഥയുടെ ഒരു രംഗം (സീൻ) ആയി.

ഒരു കഥപൂർത്തിയാക്കുന്നത് വാക്കുകൾ കൊണ്ടും വാക്യങ്ങൾ കൊണ്ടുമാണെങ്കിൽ സിനിമയിൽ ഒരു കഥപൂർത്തിയാക്കുന്നത് ഷോട്ടുകൾ (shot)കൊണ്ടും സീനുകൾ (seens) കൊണ്ടുമാണ്. ധാരാളം ഷോട്ടുകൾ ചേർന്നതാണ് ഒരു സീൻ. ധാരാളം സീനുകൾ ചേർന്നതാണ് ഒരു സിനിമ.

എന്താണ് ഷോട്ട് (shot)

ഒരു ചെറിയ ദൃശ്യഖണ്ഡത്തെയാണ് ഷോട്ട് എന്നു പറയുന്നത്. ഒരു വാക്യത്തിലെ പദങ്ങളെ പോലെ എന്ന് വേണമെങ്കിൽ പറയാം. ഒരു ഷോട്ടിന് എത്ര ദൈർഘ്യം വേണം എന്ന കാര്യം തിരക്കഥാകൃത്താണ് തീരുമാനിക്കുന്നത്.

ഉദാഹരണം:- ''അന്നൊരു തണുത്ത രാത്രിയിൽ അയാൾ ഒറ്റയ്ക്ക് തെരുവിന്റെ ഒരു മൂലയിൽ ഇരിക്കുകയായിരുന്നു'' എന്നു തുടങ്ങുന്ന കഥയിൽ രണ്ടുഷോട്ട് എങ്കിലും നമുക്ക് കാണാൻ കഴിയും.

1. തണുത്ത രാത്രി

2 ഒരു തെരുവിന്റെ മൂലയിൽ ഒരാൾ ഒറ്റയ്ക്ക് ഇരിക്കുന്നു

തിരക്കഥാകൃത്തിന്റെ മനോധർമ്മമനുസരിച്ച് ഇനിയും ഷോട്ടുകളാക്കിമാറ്റാൻ കഴിയും.

എന്താണ് സീൻ(seen)

അർത്ഥപൂർണമായ ഒരു ദൃശ്യസമുച്ചയമാണ് സീൻ. അനേകം ഷോട്ടുകൾ ചേർന്ന ഒരു ദൃശ്യഭാഗം. അനേകം പദങ്ങൾ ചേർന്ന ഒരു സമ്പൂർണമായ വാക്യം പോലെ എന്ന് വേണമെങ്കിൽ പറയാം. തിരക്കഥ എഴുതുന്നത് സീനുകളായാണ്. (സീൻ1, സീൻ2, സീൻ 3 എന്ന ക്രമത്തിൽ) ഓരോ സീനും എവിടെ, എപ്പോൾ സംഭവിക്കുന്നു എന്നു കൂടി കൃത്യമായി രേഖപ്പെടുത്തിയിരിക്കണം.

ഉദാഹരണം:- *സീൻ 1*

ഒരു തണുപ്പുള്ള രാത്രി

തെരുവ്

സമയം 10.30 pm

ഒരു അനാഥനായ മനുഷ്യൻ ഒറ്റയ്ക്ക് തെരുവിലൂടെ നടക്കുന്നു. ചുറ്റും വിജനം.

ഈ സംഭവം നടക്കുന്നത് indoor (മുറിക്കുള്ളിൽ) outdoor (പുറത്ത്) ആണോ എന്നുകൂടി രേഖപ്പെടുത്തുന്നത് ചില തിരക്കഥകളിൽ കാണുന്നുണ്ട്.

ഉദാഹരണം:- *സീൻ 1*

ഒരു തണുപ്പുള്ള രാത്രി
തെരുവ്
സമയം 10.30 pm
outdoor

ഓരോരുത്തരും എഴുതുന്ന തിരക്കഥയ്ക്ക് തനതായ സ്വഭാവങ്ങൾ ഉണ്ടായിരിക്കും. എങ്കിലും പൊതുവായ ചില കാര്യങ്ങൾ സ്വീകരിക്കുന്നതായിരിക്കും നമ്മെ സംബന്ധിച്ച് സാധ്യമാകുന്ന കാര്യം.

ഒരു കഥ എങ്ങനെ തിരക്കഥയാക്കിമാറ്റാം എന്ന് താഴെ കൊടുക്കുന്നു.

കഥ – കാക്കയുടെ കൗശലം

ചുട്ടുപൊള്ളുന്ന ഒരു വേനൽക്കാലം. തോടും പുഴകളും വറ്റിവരണ്ടു കിടക്കുന്നു. ദാഹിച്ചുവലഞ്ഞ ഒരു കാക്ക പറന്നുവന്ന് ഒരു വീടിന്റെ മുറ്റത്തെ മരച്ചില്ലയിൽ ഇരുന്നു. ഒരു തുള്ളി വെള്ളവും കാണുന്നില്ല. കാക്കചുറ്റുപാടും കണ്ണോടിച്ചു. അതാ ഒരു കുടത്തിൽ ഇത്തിരിവെള്ളം. കാക്ക ചിന്തിച്ചു എങ്ങനെ ഇതു കുടിക്കും. കാക്കയുടെ ബുദ്ധിയിൽ ഒരു വഴിതെളിഞ്ഞു. അത് സമീപത്തു കണ്ട കല്ലുകൾ ഓരോന്നും കുടത്തിൽ കൊത്തിയിട്ടു. വെള്ളം ഉയർന്നുവന്നു. കാക്ക ദാഹമകറ്റിപറന്നു പോയി.

തിരക്കഥ – കാക്കയുടെ കൗശലം

സീൻ 1
ചുട്ടുപൊള്ളുന്ന ഒരു വേനൽക്കാലം
ഒരു നാട്ടിൻപുറം
സമയം ഉച്ച 12 മണി
outdoor

വറ്റിവരണ്ട് കിടക്കുന്ന ഒരു പുഴ. വിണ്ടുകീറികിടക്കുന്ന ഒരു നെൽപ്പാടം. കത്തിജ്വലിച്ചുകൊണ്ടു നിൽക്കുന്ന സൂര്യൻ. കാക്കകളും മറ്റും ദാഹിച്ചുകരഞ്ഞു പറന്നു കൊണ്ടിരിക്കുന്നു.

സീൻ 2
ചുട്ടുപൊള്ളുന്ന ഒരു വേനൽക്കാലം
ഒരു നാട്ടിൻപുറം
സമയം ഉച്ച 12.10
outdoor

ദാഹിച്ചുവലഞ്ഞ ഒരു കാക്ക പറക്കുന്നു. എവിടെയും ദാഹജലം കാണാനില്ല. തോട്ടിൻ വക്കിലും മറ്റും അതു പറന്നു ചെല്ലുന്നു. നിരാശയോടെ മടങ്ങുന്നു.

സീൻ 3

ചുട്ടുപൊള്ളുന്ന ഒരു വേനൽക്കാലം
നാട്ടിൻ പുറത്തെ ഒരു വീടിന്റെ മുറ്റം
സമയം 12.15 pm
outdoor

ദാഹിച്ചുവലഞ്ഞ ഒരു കാക്ക വീടിന്റെ മുറ്റത്തുള്ള മരക്കൊമ്പിൽ ഇരിക്കുന്നു. എവിടെയെങ്കിലും ഒരു തുള്ളി വെള്ളം കാണുന്നുണ്ടോ എന്നാണ് അത് അന്വേഷിക്കുന്നത്. പെട്ടെന്ന് അതിന്റെ കണ്ണിൽ ഒരു കുടം കാണാൻ കഴിഞ്ഞു.

സീൻ 4

ചുട്ടുപൊള്ളുന്ന ഒരു വേനൽക്കാലം
നാട്ടിൻപുറത്തെ ഒരു വീടിന്റെ മുറ്റം
സമയം 12.15 pm
outdoor

കാക്ക തന്റെ ശ്രദ്ധയിൽപെട്ട കുടം സൂക്ഷിച്ചുനോക്കി. അതിൽ ഇത്തിരി വെള്ളം കാണാൻ കഴിയുന്നുണ്ട്. കാക്കയ്ക്ക സന്തോഷമായി. അത് ചിന്തിച്ചു എങ്ങനെ ഈ വെള്ളം കുടിക്കും.? കാക്കയുടെ ബുദ്ധിയിൽ ഒരാശയം തെളിഞ്ഞു.

സീൻ 5

ചുട്ടുപൊള്ളുന്ന ഒരു വേനൽക്കാലം
നാട്ടിൻപുറത്തെ ഒരു വീട്
സമയം 12.20 pm
outdoor

കാക്ക ഓരോ കല്ലും കൊക്കിലെടുത്ത് കുടത്തിൽ നിക്ഷേപിക്കുന്നു. വെള്ളം ഉയർന്നുവരുന്നതുകണ്ട് കാക്കയ്ക്ക് ഉത്സാഹമായി. വീണ്ടും വീണ്ടും അത് കുടത്തിൽ കല്ലുകൾ നിക്ഷേപിക്കുന്നു. വെള്ളം പൊങ്ങിവന്നു. കാക്ക ദാഹമകറ്റി സന്തോഷത്തോടെ പറന്നു പോയി.

സമാനമായ ഒരു മാതൃക ഇവിടെ കൊടുത്തു എന്നു മാത്രം. സംഭാഷണങ്ങളും മറ്റും ചേർത്ത് ഈ തിരക്കഥ സമ്പുഷ്ടമാക്കാവുന്നതാണ്. ചിലപ്പോൾ ഇതിനേക്കാൾ സീനുകൾ ആവശ്യമായിവരും. ക്യാമറയുടെ സ്ഥാനമോ മറ്റുസാങ്കേതികഉപകരണങ്ങളോ ഇവിടെ ചേർത്തിട്ടില്ല. വിദ്യാർത്ഥികളെ സംബന്ധിച്ച് പ്രാഥമികമായ ഒരു ജ്ഞാനം മാത്രമേ ഇവിടെ ലക്ഷ്യമാക്കിയിട്ടുള്ളൂ.

•

സമയമില്ലേ?

മലയാളം പരീക്ഷ എഴുതുന്ന വിദ്യാർത്ഥികൾ പൊതുവെ പറയുന്ന പരാതിയാണ് സമയം ലഭിക്കുന്നില്ല എന്നത്.

''എല്ലാ ഉത്തരവും അറിയുന്നതായിരുന്നു. പക്ഷേ അവസാനത്തോ യ്ക്ക് പലതും എഴുതാൻ കഴിഞ്ഞില്ല.'' മിക്കവരുടേയും പരാതിയാണിത്.

ഇത് ശരിയാണോ? ആണെങ്കിൽ എങ്ങനെ നേരിടാം?

എങ്ങനെ പരിഹരിക്കാം?

1 1/2 മണിക്കൂറാണ് മലയാളം പരീക്ഷകളുടെ സമയം. അതായത് 90 മിനിറ്റ് സ്കോർ 40 ഉം. പത്തിനും പതിനഞ്ചിനും ഇടയിലുള്ള ചോദ്യങ്ങളാണ് സാധാരണയായി വരാറുള്ളത്. 1 മുതൽ 6 വരെ സ്കോറുകളാണ് ഉണ്ടായിരിക്കുക. ഈ ഘടകങ്ങൾ എല്ലാം പരിഗണിച്ച് സമയം ക്രമീകരിക്കുകയാണ് വേണ്ടത്.

എങ്ങനെ ക്രമീകരിക്കാം.

ആകെ ചോദ്യങ്ങൾ 13 ആണ് എന്ന് കരുതുക. 1 1/2 മണിക്കൂറിനെ 13 തുല്യഭാഗങ്ങളാക്കി മാറ്റിയാൽ 7 മിനിറ്റ് വീതം ഓരോ ചോദ്യങ്ങൾക്കും ലഭിക്കും. എന്നാൽ നമ്മെ സംബന്ധിച്ച് 1,2,4,6 എന്നിങ്ങനെയാണ് സ്കോർ ഉണ്ടായിരിക്കുക. അപ്പോൾ 1 സ്കോർ ഉള്ള ചോദ്യത്തിന് 7 മിനിറ്റ് വേണ്ടി വരില്ല. ഒരു മിനിറ്റ്, പരമാവധി രണ്ടുമിനിറ്റ് മതിയാകും അപ്പോൾ അവിടെ നമുക്ക് സമയം ബാക്കി ലഭിക്കും.

ശ്രദ്ധിക്കേണ്ട കാര്യങ്ങൾ

1. സ്കോർ നോക്കി സമയം ക്രമീകരിക്കണം.
2. 1 സ്കോർ ഉള്ളതിനും 6 സ്കോർ ഉള്ളതിനും ഒരേ പോലെ സമയം നിശ്ചയിക്കരുത്.
3. വിശകലനം, നിരൂപണം, ആസ്വാദനം ഉപന്യാസം, എഡിറ്റോറിയൽ എന്നിവയ്ക്ക് കൂടുതൽ സമയം കണ്ടെത്തണം.

സ്കോർ അനുസരിച്ച് ഉപയോഗിക്കേണ്ട സമയക്രമം താഴെ കൊടുക്കുന്നു.

സ്കോർ	സമയം മിനിറ്റിൽ
1	1–2
4	8–10
6	10–12

ഇങ്ങനെ സമയം വിഭജിച്ച് ഒരു വാച്ച് ഉപയോഗിച്ച് എഴുതി നോക്കൂ. അപ്പോൾ സമയം ആവശ്യത്തിനുണ്ട് എന്ന് മനസ്സിലാക്കും.

●

അരപുറം ഒരുപുറം എത്രപുറം?

മലയാളം പരീക്ഷ എഴുതുമ്പോൾ കുട്ടികൾ നേരിടുന്ന മറ്റൊരു പ്രധാന പ്രശ്നമാണ് എഴുതേണ്ടത് എത്രയെന്ന് കണക്കാക്കാൻ കഴിയാതിരിക്കൽ. 1/2 പുറം എന്നതും 1 പുറം എന്നതും എത്രയാണ് എന്നതിനെ സംബന്ധിച്ച് ആശയക്കുഴപ്പം വിദ്യാർത്ഥികളിൽ ഇപ്പോൾ ഉണ്ട്.

പുറം എന്നാൽ

പരീക്ഷയ്ക്ക് വിദ്യാർത്ഥികൾക്ക് ലഭിക്കുന്ന ഉത്തരപേപ്പറിന് 2 പുറമാണ് ഉണ്ടാവുക. അതായത് ഉത്തരപേപ്പറിന്റെ ഒരു ഭാഗം (side) ഒരു പുറം (ഒരു പേജ്) ആണ് എന്ന് പറയാം. ഒരു പുറം എത്രയാണെന്ന് മനസ്സിലായാൽ 1/2 പുറം എത്രയാണെന്ന് പറയേണ്ടതില്ലല്ലോ.

എഴുതുന്ന സമയത്ത് അല്പം അധികം എഴുതിപ്പോയാൽ ഒന്നും സംഭവിക്കുന്നതല്ല. അനാവശ്യമായി സ്ഥലം ഉപയോഗിക്കുകയോ തീരെ കുറഞ്ഞുപോവുകയോ ചെയ്യരുത്. വിദ്യാർത്ഥികൾക്ക് ഉത്തരം എഴുതേണ്ടത് എത്രയായിരിക്കണമെന്ന ഒരു ധാരണ നൽകുന്നതിനു വേണ്ടി മാത്രമാണ് പുറം സംബന്ധിച്ച വിവരങ്ങൾ ചോദ്യപേപ്പറിൽ നൽകുന്നത്.

പരീക്ഷ എഴുതുമ്പോൾ ശ്രദ്ധിക്കേണ്ട മറ്റു ചില കാര്യങ്ങൾ

1. എല്ലാ ചോദ്യങ്ങൾക്കും ഉത്തരമെഴുതാൻ ശ്രമിക്കണം.
2. നന്നായി അറിയുന്നത് ആദ്യമാദ്യം എഴുതുന്നതായിരിക്കും നല്ലത്.
3. എഴുതുമ്പോൾ ചോദ്യനമ്പർ എഴുതാൻ മറക്കരുത്.
4. തെറ്റായി നമ്പർ എഴുതരുത്.
5. ഏഴാമത്തെ ചോദ്യമാണ് ഒന്നാമതായി എഴുതുന്നതെങ്കിൽ ചോദ്യനമ്പർ 1 എന്നല്ല 7 എന്ന് രേഖപ്പെടുത്തണം.
6. നന്നായി അറിയുന്ന ഉത്തരമാണെന്നു കരുതി സ്കോർ കുറച്ചാണെങ്കിൽ അധികം എഴുതിവെയ്ക്കരുത്.
7. വാച്ച് കരുതി സമയം ക്രമീകരിച്ച് എഴുതുക.

●